आत्मभानाच्या दिशेने स्त्रीची वाटचाल

स्त्रीसूक्त

माधवी कुंटे

डायमंड पब्लिकेशन्स

स्त्रीसूक्त

माधवी कुंटे
नारायण निवास, हनुमान रोड, विलेपार्ले (पू), मुंबई ४०००५७
भ्रमणध्वनी : ९८१९६७९५५०

© डायमंड पब्लिकेशन्स

ISBN 978-81-8483-107-8

प्रथमावृत्ती : २४ फेब्रुवारी २००९

मुखपृष्ठ : शाम भालेकर
आतिल चित्रे : चंद्रशेखर जोशी
अक्षरांकन : पौर्णिमा गोडबोले

प्रकाशक
डायमंड पब्लिकेशन्स
२६४/३ शनिवार पेठ, ३०२ अनुग्रह अपार्टमेंट
ओंकारेश्वर मंदिराजवळ, पुणे-४११ ०३०
☎ ०२०-२४४५२३८७, २४४६६६४२
info@diamondbookspune.com

ऑनलाईन पुस्तक खरेदीसाठी भेट द्या
www.diamondbookspune.com

प्रमुख वितरक
डायमंड बुक डेपो
६६१ नारायण पेठ, अप्पा बळवंत चौक
पुणे-४११ ०३० ☎ ०२०-२४४८०६७७

स्त्री स्वातंत्र्याशी निगडीत असणारे
ताराबाई शिंदे,
सावित्रीबाई फुले आणि
आगरकर
यांच्या कार्यास . . .

प्रस्तावना

पुराणकाळापासून स्त्रियांविषयी लिहिताना स्त्री हे देवानं निर्माण केलेलं एकमेवाद्वितीय रत्न आहे, या टोकापासून ते स्त्री आणि शूद्र मारण्याच्या लायकीचेच आहेत, या टोकापर्यंत लिहिलं गेलं आहे. वास्तवात स्त्री एक 'माणूस' आहे हे मात्र नाकारलं गेलं आहे. हे नाकारलेलं माणूसपण मिळवण्यासाठी गेली अनेक तपं स्त्रिया अनेक पातळ्यांवर संघर्ष करताहेत. या विविध प्रकारच्या लढ्यांमुळे स्त्रियांचं माणूसपण जागवायला मदत होते आहे. स्त्रियांच्या जागलेपणाचा इतिहास थोडक्यात कथन करत माधवी कुंटे यांनी 'स्त्रीसूक्त' या पुस्तकात स्त्रियांच्या समस्या आणि त्यांची सोडवणूक करण्यासाठीचे प्रयत्न कुठे कसे चालले आहेत याचा धावता आढावा घेतला आहे. आज समाजात छोटं छोटं परिवर्तन कसं झालं आहे, याची रोचक उदाहरणंही लेखिकेने सोप्या, संवादी भाषेत सांगितली आहेत. ती वाचकांच्या मनाला भिडतील अशी आहेत.

पुराणकथांमधून प्रकट झालेली स्त्रीची व्यथा स्त्री-मानसावर खोलवर परिणाम करत आली आहे. सीतेचं अग्निदिव्य हे स्त्रीच्या नेणिवेत फार झिरपल्यामुळे भारतीय स्त्रिया अनेकदा सासरी आत्महत्या करतांना स्वतःला जाळून घेतात की काय, असा प्रश्न आमच्या एका कार्यशाळेत मानसोपचारतज्ज्ञ मैत्रिणींनी उपस्थित केला होता. शिळा झालेल्या अहल्येचा रामाच्या पदस्पर्शानं उद्धार होण्यासंदर्भातलं काळजाला हात घालणारं भावगीत स्त्रियांवर झालेला अन्याय विसरायला लावतं. माझ्या उभ्या जन्माचं वाटोळं केलं म्हणून भीष्माचा मी सूड उगवीन असं म्हणणारी पुराणातली अंबा आणि नारी समता मंचाकडे येणाऱ्या, सुडाने पेटलेल्या अन्यायग्रस्त स्त्रिया यांच्यात मला नाळेचं नातं दिसतं. जेव्हा नवऱ्याकडून ढळढळीत अन्याय झालेली स्त्री, 'नवऱ्याला धडा शिकवा' असं म्हणते तेव्हा, त्याला सूड म्हणायचं की ताबडतोबीचा न्याय म्हणायचं हा खरं तर प्रश्नच आहे. कारण कोर्टात अनेक गुन्हेगार नवरे निर्दोष सुटल्याचं तिनं ऐकलेलं असतं.

'लग्न होऊन उभ्यानी सासरी गेलेल्या बाईनी मेल्यावर आडव्यानीच सासर सोडायचं', मग तिथे कितीही छळ होवो. ही मानसिकता बदलली तरच बायकांची सनातन दुःखं

कमी होतील याची जाण आता पालकांना यायला लागली आहे. स्त्रीच्या दु:खाच्या गाभ्याशी तिचं दुय्यमत्व आहे. ते दुय्यमत्व पुरुषप्रधान व्यवस्थेने स्त्रियांमध्ये विवाहावर आधारित वर्गीकरण करून आणलं आहे. कुमारी, सौ., श्रीमती या उपाध्या स्त्रियांमध्ये उभी फूट पाडतात याचं भान स्त्रियांना येत आहे. परंतु नाटक, सिनेमा, कादंबऱ्यांतून वर्णिलेले विधवा स्त्रियांचे छळ-हाल अपेष्टा तसंच प्रत्यक्ष आयुष्यातही त्याचं घडलेलं दर्शन यामुळे स्त्रिया सौ. या उपाधीविषयी फारच हळव्या झालेल्या दिसतात. खरं तर सरकारी आदेशानुसार आता सर्व स्त्रियांना श्रीमती व पुरुषांना श्रीयुत लावावं असा नियम आहे पण लक्षात कोण घेतं? म्हणून आता एक सूर असाही ऐकू येतो की विधवांनीपण सौ. लावायला काय हरकत आहे? शेवटी स्त्रियांचं पुरुषांवळणी वर्गीकरण थांबणं महत्त्वाचं!

आर्थिक स्वावलंबनाशिवाय स्त्रीचं दुय्यमत्व जाणार नाही म्हणून स्त्रिया नोकरी करू लागल्या. पण त्यांचं घरकाम, बालसंगोपन सुटले नाही. अशा वेळी दुहेरी ओझ्याखाली बाई दडपली जाऊन तिला मातृत्व ही पायातली बेडी वाटायला लागली. काही काळ काही स्त्रियांनी मातृत्व नाकारून, विवाह नाकारून आत्मनिर्भर बनण्याचा प्रयत्न केला. नऊ महिने गर्भ पोसून नंतर दिवसरात्र मुलांच्या खस्ता खाऊनही मुलं वडिलांचंच नाव आणि आडनाव लावतात. मातृत्वाचं गौरवीकरण भरपूर होतं परंतु मुलांबाबतचे महत्त्वाचे निर्णय मात्र वडीलच घेतात. पुरुषी घराणेशाही रुजवणारं आडनांव पुढे चालू ठेवण्यासाठी कुलदीपक – मुलगाच हवा या हव्यासापोटी स्त्रीभ्रूणहत्या होऊन स्त्रियांचं प्रमाण चिंताजनकपणे कमी होत आहे. गर्भाच्या लिंगनिश्चितीसाठी पुरुषाचा जीन जबाबदार असतो हे शास्त्रीय कारण सर्वांसमोर सतत मांडायला हवं. यामुळे मुलगा झाला नाही म्हणून होणाऱ्या स्त्रियांच्या छळाला प्रतिबंध घालता येईल. कुलदीपक हवाच हे मानस बदलण्यासाठी त्रिनाम पद्धत खूप उपयोगाची आहे. यात स्वत:च्या नावानंतर वडिलांचं नाव आणि आईचं नाव लावतात. स्त्री-पुरुष दोघांनीही लग्न झाल्यावरही आपलं नाव बदलण्याची गरज या पद्धतीत नाही. यामुळे खस्ता खाणाऱ्या आईचं नावही सर्वत्र झळकेल. कुळाच्या नावाला फाटा दिला जाईल आणि स्त्री-पुरुष समतेची वाट सुकर होईल.

प्राचीन काळापासून बाईला विनिमयाचं साधन मानणं हा तिला दिलेल्या दुय्यम स्थानाचा पाया आहे. लाजाहोम, सप्तपदी यांत त्याचे प्राचीन अवशेष सापडतात. परंपरेशी असलेली नाळ सहजासहजी तुटत नाही. त्यामुळे आजही आपण ते सर्व सोपस्कार चालू ठेवतो. बापाने/आईने दारिद्र्यामुळे पोटच्या मुलीला विकणं / नवऱ्यानं सावकाराकडे बायको गहाण ठेवणं हे सर्व बाईला उपभोगाची वस्तू मानल्यामुळे घडतं. आजही 'नाता' पद्धतीत स्त्रिया परत परत विकल्या जातात आणि अन्यायाला बळी पडतात. हे सर्व

जातपंचायतीच्या साक्षीनं घडतं हे आणखीनच उद्वेगजनक आहे.

बाईच्या शरीराभोवतीच तिचं चारित्र्य बांधून ठेवल्यामुळे तिची अब्रू म्हणजे काचेचं भांडं! तिच्यावर बलात्कार झाला तरी ती कलंकित होते आणि अत्याचार करणारा मात्र उजळ माथ्याने हिंडतो. त्यामुळे बलात्काराकडे बघण्याचा दृष्टिकोन बदलायला हवा या स्त्रीचळवळीच्या मागणीला खूप महत्त्व आहे. बलात्कार हा शारीरिक अपघात आहे त्यामुळे स्त्री कलंकित होत नाही, हे सर्वांनी मनापासून स्वीकारायला हवं. वेश्येवरती होणारा बलात्कार हासुद्धा गुन्हाच आहे. बलात्काराचा आणि स्त्रियांच्या चारित्र्याचा संबंध लावायचं कारण नाही. घरात नातेवाईक पुरुषांकडून होणाऱ्या बलात्काराविषयी अळीमिळी गुपचिळी होती. स्त्री चळवळींनी स्त्रियांच्या या वेदनेला वाचा फोडली आहे. आत्ताच्या आया आता आपल्या मुलींना याबाबत सजग करतात आणि अन्याय झाला तर त्याविरुद्ध लढायचं बळही देतात, हे खूपच महत्त्वाचं परिवर्तन होत आहे. बलात्काराविरुद्धच्या मोहिमांमध्ये आता पुरुषांच्या लिंगावर प्रहार केल्यास ते जिव्हारी लागतं हे सांगितलं जातं. प्रतिकार करण्यासाठी शारीरिक शक्तीबरोबरच मानसिक बळाची गरज असते ते बळ आता बायका मिळवत आहेत. त्यासाठी एकजुटीची आवश्यकता आहे. बलात्कार हे शस्त्र म्हणून वापरलं जातं याची जाणीवही आता स्त्री-पुरुषांना झाली आहे त्यामुळे प्रबोधनामुळे त्याची धार नक्कीच बोथट होत आहे.

पुरुषांच्या जडणघडणीचा अभ्यास आता व्हायला लागला आहे. बलात्कारात मर्दुमकी नाही, माणुसकीला काळिमा फासणारी ती बाब आहे हे पुरुषांच्या मनावर ठसवत स्त्री-पुरुष समानतेची शिकवण त्यांना बालवयापासून द्यायला हवी.

हिंसाचारी-व्यसनी पुरुषांसाठी सुधारगृह काढून अशा पुरुषांची रवानगी तिकडे व्हायला हवी म्हणजे मुलं आईबरोबर घरात निर्भयपणे राहू शकतील. आज कसाही असला तरी कुटुंबप्रमुख पुरुष आणि घर त्याच्या नावावर त्यामुळे बायको-मुलांचे फार हाल होतात कारण रात्री अपरात्री त्यांना त्यांचा काही दोष नसताना घराबाहेर काढलं जातं. स्त्री चळवळींनी आता या प्रकारच्या मागण्या लावून धरायला हव्यात.

पुरुषप्रधान व्यवस्थेच्या भक्कम पायावर उभ्या असलेल्या विवाहसंस्थेची एकाधिकारशाही मोडण्यासाठी प्रयत्न व्हायला हवेत. आजची कुटुंबव्यवस्था विवाहावर आधारित आहे. विवाह हे विषमतामूलक जातिव्यवस्था भक्कम करण्याचं माध्यम आहे. डॉ. बाबासाहेब आंबेडकरांनी स्त्रिया हे जातिव्यवस्थेचं प्रवेशद्वार आहे आणि जातिअंतर्गतच विवाह होण्यासाठी स्त्रियांचं शोषण कसं होत असतं, हे दाखवून दिलं आहे. आंतरजातीय विवाह केला म्हणून स्त्रियांना मारून टाकणारे भाऊ-वडील-आई इ. आजही अस्तित्वात आहेत.आणि याला 'ऑनर किलिंग' असं नावही दिलं जातं ही स्त्रीजीवनाची शोकांतिका आहे. 'There is no honour in killing' हे ठणकावून

सांगण्याची वेळ आली आहे. आज विवाहांतर्गत स्त्रियांवर होणारे अन्याय-अत्याचार मुकाटपणे सहन करत मुली त्यात अडकून पडायला तयार नाहीत. मुली स्वार्थी होऊन बारीकसारीक कारणांसाठी घटस्फोट घेतात असा बोभाटाच जास्त होत आहे. स्त्रियांनी किती सहन करायचं हे कोण ठरवणार? खरं तर आता पुरुषांच्या प्रबोधनाची खूप गरज निर्माण झाली आहे. कारण स्त्रिया आर्थिक, भावनिक, मानसिक दृष्ट्या आत्मनिर्भर होत आहेत. परंतु पुरुष अजूनही भावनिकदृष्ट्या कमकुवत राहत आहे. त्यांना मानवी नातेसंबंध कसे जोपासायचे, भावना जतन कशा करायच्या वगैरे शिक्षण द्यायला हवं. भावनिक असुरक्षिततेची जाणीव अनेकदा पुरुषांना हिंसक, व्यसनाधीन बनविते हे लक्षात घ्यायला हवं.

समजूतदारपणा, जोडीदाराच्या क्षमतेचा स्वीकार, आणि कौतुक ही विवाहाच्या यशाची लेखिकेने सांगितलेली त्रिसूत्री! सहजीवनासाठी ही त्रिसूत्री आवश्यक आहे. मग भले ते सहजीवन विवाह करून असेल किंवा विवाहाविना! स्त्री-पुरुष दोघांची मानवी नात्याची समज व संवेदनशीलता वाढायला हवी.

विवाहाविना सहजीवन म्हणजे स्वैराचार नाही उलट यामध्ये स्त्री-पुरुष दोघंही आर्थिक, भावनिक व मानसिक दृष्ट्या खंबीरपणे स्वतःच्या पायावर उभे राहणारे हवेत. त्यातून परस्परावलंबी एकमेकांच्या वाढीला अवकाश देणारं सकस सहजीवन उभरून येईल. स्त्री-पुरुष सहजीवनासाठी विवाहाला जितके चांगले पर्याय उपलब्ध होतील तितकं विवाहांतर्गत सहजीवनही समृद्ध होईल असा विश्वास वाटतो.

गीताली विनायक मंदाकिनी
(संपादक : पुरुष उवाच)
बी २, ५०१, कुमार प्राईड पार्क,
सेनापती बापट मार्ग, पुणे ४११ ०१६
फोन : ०२०-२५६५२३२४

अनुक्रम

१

स्त्री व्यथेची प्राचीन परंपरा

पुरातन काळापासूनचे सत्य, –
बाईला माहेरचे पाठबळ नसणे हे,
तिचे आयुष्य विस्कटून जाण्यास पुरसे असते.

महाभारतात कण्व ऋषी आपल्या मुलीची, शकुंतलेची पाठवणी सासरी करतात, तो अतिशय भावपूर्ण प्रसंग व्यासांनी वर्णन केला आहे. शकुंतलेच्या सख्या, आश्रमातील गायी, हरिणी, एवढेच काय, तिने लावलेल्या लतावेलींनासुद्धा अतिशय दुःख होते. कण्व ऋषींच्या मनाची अवस्था अतिशय व्याकूळ होते. एवढे मोठे थोर ऋषी रागालोभावर, मायेवर, आपल्या तपस्येनं जय मिळवलेले; परंतु त्यांनादेखील अश्रू आवरत नाहीत. ''कन्या सासुरासी जाए, मागे परतोनी पाहे.'' अशी शकुंतलेची अवस्था झालेली असते. जिथे ती लाडाकोडात वाढली, तिला प्रेम मिळालं, तिचे हट्ट पुरवले गेले, रागरुसवे काढून समजूत घातली गेली, जिथे ती खेळली, बागडली, ते सर्व सोडून जाताना तिचे मन खिन्न होते. डोळ्यांतल्या पाण्याला खळ नसते. परंतु ज्याच्याकरिता माहेरची माया तोडून शकुंतला निघालेली असते, तो राजा दुष्यंत तिला भेटल्यावर ओळखतसुद्धा नाही. त्याला शाप मिळालेला असतो. त्यामुळे शकुंतलेशी आश्रमात विवाह केल्याचा त्याला साफ विसर पडतो. शकुंतलेला त्यानं स्वतःची अंगठी दिलेली असते. तीही सैल असल्याने, येताना वाटेत नदी लागते, तेव्हा तिच्या हातातून ती गळून पडलेली असते. नदीतल्या माशांनी ती गिळून टाकलेली असते. त्यामुळे शकुंतलेजवळ ओळख पटविण्याचे साधनही उरलेले नसते. शकुंतला गर्भवती असते आणि तिचा प्रत्यक्ष नवरा तिला पत्नी म्हणून नाकारतो! एकदा लग्न करून दिल्यावर, ''तुझे जगणे तिथेच आणि मरणे तिथेच! तेच तुझे घर'' अशी समाजाची तेव्हापासून धारणा

असल्यामुळे, शकुंतला आता जाणार कुठे? शेवटी ती हिमालय पर्वतात ऋषींच्या आश्रमात आश्रय घेते.

रामानं जेव्हा सीतेचा त्याग केला, तेव्हा तीही गर्भवती असते. ती जनकाकडे परत जात नाही. तिलाही वाल्मिकी ऋषींकडे आश्रय घ्यावा लागतो. शकुंतलेची आई मेनका जी इन्द्राच्या दरबारात अप्सरा, नृत्यांगना असते, ती तिला आश्रमात आणून सोडते. सीतेला जेव्हा भर दरबारात दुसऱ्यांदा अग्निदिव्य करायला सांगितले जाते तेव्हा ती संतापून आपली आई पृथ्वी–भूमी हिला सांगते की, 'माते आता पुरे झाले धिंडवडे! दुभंगून मला पोटात घे.' तेव्हा धरणी दुभंगून सीतेला आपला आश्रय देते. पोटच्या पोरीची दु:खे आई–वडील दोघांनाही बघवत नाहीत. पण समाजाच्या रूढीबद्ध चौकटींनी त्यांचे हात बांधलेले राहतात. अहल्येची चूक नसताना, इंद्राने गौतमाचे रूप घेऊन तिला फसविले असताना, गौतम ऋषी स्वत: एवढे ज्ञानी असताना, अहल्येचा ते त्याग करतात. ती तिथेच शिळा होऊन पडते. म्हणजे त्यांच्या दारीच स्त्रीचे, पत्नीचे, गृहिणीचे, कसलेच हक्क न मिळता दगडासारखी तिथेच राहते. तिलासुद्धा माहेर सुटलेलेच असते. परत आश्रय कोण देणार?

महाभारतातील अंबेची कथासुद्धा अशीच करुण आहे. अंबा, अंबिका आणि अंबालिका या तिघी बहिणींपैकी अंबेचे शाल्व राजावर प्रेम असते. त्यांचे वडील जेव्हा आपल्या तिन्ही कन्यांचे स्वयंवर मांडतात, तेव्हा तिने शाल्वाच्या गळ्यात वरमाला घालून त्याच्याशी विवाह करण्याचे ठरविलेले असते. पण भीष्म आयत्या वेळी सर्व राजांचा पराभव करून तिन्ही कन्यांना रथात घालून नेतात. ते सुद्धा आपल्या भावासाठी – विचित्रविर्यासाठी चांगल्या कुळातील राजकन्या विवाहाकरिता हव्यात, म्हणून.

शाल्व शूरपणे भीष्माशी लढून अंबेला जिंकण्याचा प्रयत्न करतो, पण त्याचे काहीच चालत नाही. हस्तिनापूरला आल्यावर भीष्म स्वत: काही आपल्याशी विवाह करणार नाहीत हे अंबेला कळते, तेव्हा ती भीष्माला आपले शाल्वावर प्रेम असल्याचे सांगते. आधीच दुसऱ्या पुरुषावर मन असलेली स्त्री आपल्या भावाचा संसार नीट करणार नाही, या विचाराने भीष्म तिची शाल्वराजाकडे पाठवणी करतो. परंतु, ''तुला भीष्माने जिंकले, मी पराभूत झालो. मला तुझा स्वीकार करता येत नाही, भीष्मच आता तुझा पती'' म्हणून शाल्व अंबेला भीष्माकडे परत पाठवून देतो.

भीष्माने तर, ''मी आजन्म ब्रह्मचारी राहीन,'' म्हणून घोर प्रतिज्ञा केलेली! तो अंबेशी लग्न करण्यास नकार देतो. अंबा जाणार कुठे? विचित्रविर्याशी लग्न नाही. कारण तिचे मन शाल्वावर जडलेले. शाल्वाने धिक्कारले, कारण भीष्माने तिला जिंकून नेलेले आणि भीष्माने तर ब्रह्मचर्य व्रत घेतलेले! ज्या क्षणी भीष्माने तिला रथात घातली आणि सर्वांशी युद्ध करून जिंकून तिला हस्तिनापूरला आणले, त्या क्षणी, तिचे माहेर सुटलेले. अंबेने कुठे जावे?

भीष्माविषयी पराकोटीच्या संतापाने अंबा पेटून उठते. ती वनात जाऊन खडतर तपश्चर्या करते. ती एकाच विचाराने, की "या भीष्माने माझ्या उभ्या जन्माचे वाटोळे केले. त्याचा मी सूड उगवेन. त्याला माझ्याच हातून मरण आले पाहिजे." भीष्म तर इच्छामरणी! स्त्रीशी युद्ध करणे शक्य नाही आणि कोणताही पुरुष त्याच्या पराक्रमापुढे पराभूतच होणार. शेवटी अंबा शिखंडी म्हणून जन्म घेते. जो पुरुषही नाही, स्त्रीही नाही! युद्धात ती भीष्मासमोर उभी राहते. ती पूर्ण पुरुष नसल्याने, भीष्म तिच्यावर हत्यार उचलत नाही. पण अंबेच्या या सगळ्या शोकांतिकेला, वाताहतीला दोन गोष्टी कारणीभूत आहेत. एकतर स्त्रीचा केव्हाही त्याग करण्याची पुरुषाला असलेली मुभा आणि मुख्य म्हणजे लग्न करून दिल्यावर आता, "तुझा माहेराशी संबंध तुटला, इथे परतून येण्याचा विचारसुद्धा तू करू नयेस," हे मुलीला ठासून सांगितलेले. त्यातून स्त्रीला शिक्षण न देता परावलंबी करून ठेवलेले, अशा समाजाच्या चौकटींमध्ये स्त्रीचा जो कोंडमारा होतो, त्याला समाजाकडे काही उतारा नाही.

पुराणकालात एक दमयंती फक्त अशी दिसते, की तिचे वडील तिला वाऱ्यावर सोडत नाहीत. नलासारख्या शूर, पराक्रमी, वैभवशाली, देखण्या राजाशी दमयंतीचा विवाह झालेला असतो. प्रेमविवाहच असतो तो. हंस नलाचा दूत बनून दमयंतीकडे सतत निरोपाची देवघेव करीत असतो. ऐन विवाहात अग्नी, इंद्र इत्यादी देव नलाचे रूप घेऊन उपस्थित होतात. विवाहमंडपात पाच नलराज पाहून ती गोंधळते. पण देवतांचे पाय कधी जमिनीला टेकत नाहीत, हे चाणाक्षपणे हेरून ती खऱ्या नलराजाला शोधून काढते आणि त्याच्या गळ्यात वरमाला घालते.

पुढे नल जुगारात सगळे राज्य हरतो. रानावनात एका वस्त्रावर भटकण्याची वेळ येते. तेव्हा आपल्या बायकोचे हाल त्याला बघवत नाहीत. मीच परागंदा झालो, तर ही आई-वडिलांकडे जाईल व सुखात राहील असा तो विचार करतो; तेव्हा त्याच्या मनात क्षणभरही असा विचार येत नाही, की ही

आपल्याला सोडून सुखी कशी होईल?

झोपलेल्या दमयंतीला जंगलात सोडून नल एकटाच निघून जातो. दमयंती त्याला शोधते. वेड्यासारखी जंगल पायाखाली घालते. नल मिळत नाही. शेवटी ती छेदी राजाच्या राणीची दासी म्हणून नोकरीला राहते. ती स्वत:हून माहेरचा आश्रय घेत नाही. तिच्या वडिलांनाच ही हकीकत कळते; तेव्हा ते आपल्या लाडक्या मुलीला घेऊन येतात. ते विदर्भ देशचे महाराजच असल्याने, त्यांना 'टाकलेल्या मुलीला' माहेरी ठेवणे शक्य होते. सामान्य माणसाला समाजाच्या दबावापुढे तिची परत सासरी रवानगी करावी लागली असती. पुढेही नलराजाला शोधून काढण्याची युक्ती अमलात आणायला दमयंतीचे वडीलच तिला मदत करतात. माहेरच्या या पाठबळावर तिचा परत संसार सुरू होतो. ती सुखी होते.

हा एक दमयंतीचा अपवाद सोडला, तर पुराण काळापासून प्रथेप्रमाणे एकदा लग्न करून मुलगी सासरघरी गेली की, तिचा माहेरचा 'शेर' संपला. कधी माहेरपणाला आली, तर चार दिवसांचे कौतुक. बाकी त्रास होत असेल तरी सहन करून मन मारून तिथेच तिने राहावे.

तेव्हापासून ते आजघडीला विज्ञानयुगातसुद्धा काही फारसा फेरफार झालेला नाही. परवाच एका स्त्रीची कथा ऐकली आणि थक्क झाले. बाई चुणचुणीत, एस.एस.सी.पर्यंत शिकलेली, टायपिंग येत होते. पार्टटाईम नोकरी करायची. सगळ्या गोष्टीत अतिशय हौस होती आणि थोडक्या पैशात नीटनेटका संसार चालवत आनंदी राहत होती. नवरा शेतीच्या कामाकरता गावी गेला होता. घरी आल्यावर बायकोला दिवस राहिलेले बघून त्याचे डोकेच फिरले. ''हे मूल माझे नाही'' म्हणू लागला. बायकोला घराबाहेर काढले. माहेरी नेऊन घातले. माहेरच्यांनी चार दिवस 'माहेरपण' करून तिला परत नवऱ्याकडे आणून सोडले. त्याने घराबाहेर काढले. दार लावून घेतले. शेवटी बाईची मैत्रीण तिला घेऊन नवऱ्याकडे आली. वारंवार पटवून दिले की, तिला दिवस आधीच राहिले असले पाहिजेत. त्याची समजूत पटेना. शेवटी नेहमीच्या डॉक्टरीणबाईंकडे सर्वजण गेले. डॉक्टरीणबाईंनी दिवस मोजून सोनोग्राफी करवून घेऊन सर्व तऱ्हांनी त्याची समजूत पटवली. हे मूल आपलंच असल्याची त्याची खात्री पटली. बाईला त्याने 'उदार अंत:करणाने' घरात घेतले.

आता बाई बदलूनच गेल्यात. आधी त्याने भरपूर शिवीगाळ केली होती व पोटात एवढ्या लाथा घातल्या होत्या की, ते मूल पोटात राहिलेच नाही. गर्भपात झाला. आता बाईंचे आनंदी असणे, खळखळून हसणे, गप्पा मारणे, फुलांचे गजरे वगैरे घालणे, थोडक्यात का होईना, कपड्यांची, भांड्यांची, घर सजावटीची हौस करणे सगळे बंदच झाले आहे. जर माहेरच्यांनी थोडे पाठबळ दिले असते, जावयाला बोलवून समजावले असते, जरूर तर कानउघाडणी केली असती, तर आज जे बाईचे आयुष्य पार विसकटून

गेले, तसे घडले नसते.

'मुलीला लग्न होताच माहेर पारखे होऊ नये. तिला विश्वास असावा की, नवऱ्याने दूर केले तरी तिला स्वतःच्या पायावर उभे राहण्यासाठी माहेरचे पाठबळ आणि आधार मिळेल. या विश्वासावरच ती आयुष्य उभारू शकेल. नाहीतर जिला जन्म दिला, लाडा-कौतुकात मोठे केले, ऐपतीप्रमाणे लग्न लावून दिले, ती सुखी व्हावी, अशी प्रार्थना केली, ती दुःखी राहील. मुलगी दुःखी म्हणून आई-वडील दुःखी होतील; पण एकदा लग्न लावून सासरी पाठवली की, तिथेच तिने हाल सोसत राहावे, ही रूढी काही तोडायला धजावणार नाहीत.

नुसत्या प्रार्थना आणि समाजाचा दबाव नको. आपल्या काळजाचा तुकडा अशी आपली लेक जेव्हा सासरच्यांनी ठोकरले, म्हणून घरी येईल, तेव्हा तिला भरभक्कम आधार हवा. पाठबळ हवे. नवे आयुष्य सुरू करण्याची उभारी व उमेद मिळायला हवी. हे पाठबळ तिला नवा आत्मविश्वास देईल. जगण्याची हिंमत येईल. आयुष्य मारूनमुटकून न जगता सुखाने जगता येईल.

■

२

मातृत्व परंपरेचा प्रवास

खूप कष्टाने आणि विचारपूर्वक पावले टाकत,
मातृत्व जपत स्त्री घडते आहे.

स्त्रीचं गर्भारपण, प्रसूती, प्रजननाविषयीचा दृष्टिकोन, संततीची संख्या आणि ह्या सगळ्याची एकंदर प्रक्रिया ह्या सर्व बाबींमध्ये गेल्या दोन-तीन पिढ्यांमध्ये पुष्कळच परिवर्तन झालं आहे आणि आता होणाऱ्या परिवर्तनाचा वेग तर झपाट्याचा आहे.

माझी आजी तशी मोठी आधुनिक विचारांची होती आणि तिच्या हाती होत्या तेवढ्या सुधारणा तिनं धडाडून अंमलात आणल्या. पण मुलं, गर्भारपण आणि त्यांची संख्या मर्यादित राखणं वगैरे संकल्पना त्याकाळी नव्हत्या. आजीची तेरा-चौदा बाळंतपणं झाली. अठरा मुलं झाली. (काही जुळी होती.) पण सहा मुलंच वाचली. त्याकाळी बालमृत्यूचा दर आणि स्त्रिया प्रसूतीमध्ये दगावण्याचा दरही बराच होता. माझा आजीशी संवाद खूप मुक्त असल्याने आणि माझ्या अंगी (आजीच्या शब्दात) भोचकपणा खूप असल्याने मी तिला खूप प्रश्न विचारायची आणि तीही सविस्तर उत्तरं द्यायची. त्या काळी प्रसूती घरीच होई. सुईण घरी येई. अनुभवी सुईणींना बरीच 'डिमांड' असे. प्रसूतीची वेळ आली की, पाणी तापवणे हा प्रकार आधी केला जाई कारण, बहुधा हात, नाळ कापण्याचे साधन वगैरे सुईणी निर्जंतुक करून घेत असाव्यात. हेच निर्जंतुकीकरण जनन अवयवांचे करण्यासाठी विशिष्ट औषधांची 'धुरी' बाळंतिणीला दिली जाई. शिथील पडलेल्या अंगाला मालिश केले जाई. हळद, अंबेहळद, कडूजिरे वगैरे औषधी पदार्थही चोळले जात.

गर्भारबाईची डोहाळे जेवणं, खाण्यापिण्याचे लाड, विश्रांती असं एवढ्या चौदा-पंधरा वेळी काही मिळत नसे. पहिली एक-दोन बाळंतपणं माहेरी होत. पहिल्या वेळची

नवलाईही असे. तेव्हा होतील ते लाड! नंतर मग बाई ही अनुभवी होई. अगदी बाळंत होईपर्यंत तिची घरात कामे चालत असत. आजमितीस डॉक्टरमंडळी सांगतात की, गर्भार स्त्रीने शेवटपर्यंत 'ॲक्टीव्ह' रहायला हवे. त्याकाळी हे 'ॲक्टीव्ह' असणे आपोआप घडे. पुढे पुढे तर बाळंत झाल्यावर 'सुवेराचे' दिवस संपले की, बाई लगेच घरात कामाला लागे. मूल उत्तम तऱ्हेने वाढायला हवे म्हणून अंगावर दूध भरपूर यावे असे पदार्थ मात्र स्त्रीला जाणीवपूर्वक दिले जात. घरीच दुधदुभत्याची जनावरे असल्याने दूध भरपूर असे. हळीव वगैरे सारख्या पदार्थांनी अंगावर दूध चांगले येते असे मानले जाई. म्हणून तूप, दूध, बदाम, खारीक, हळीव वगैरे गोष्टी स्त्रीला खायला घालत. यात स्त्रीच्या तब्येतीपेक्षा नवजात शिशूला भरपूर दूध मिळायला हवे हा हेतू असे. घरातील पुरुषांना अपत्यजन्माचा आनंद असला तरी एकंदर 'बाळंतपण' ह्या गोष्टीत त्यांचा काही सहभाग नसे. ते त्यांचे 'स्वत:चे काम' ही यथास्थित करून घेत असल्याने लागोपाठ बाळंतपणे अपरिहार्य होत. पुढे पुढे ही गोष्ट इतकी सरावाची होई की स्त्रीलाही त्याचे काही विशेष वाटत नसे. आजीने तिच्या एका बाळंतपणाची जी हकीकत सांगितली होती ती ऐकून मी हादरलेच होते. आजही त्या आठवणीने अंगावर काटा येतो. आजी त्यावेळी गर्भार होती. आजोबांना सुट्टी मिळाली म्हणून ते यात्रेला निघाले. आजीही हट्टाने निघाली. एका धर्मशाळेत उतरावे. दर्शन घ्यावे, धार्मिक कृत्ये करायची ती करावी नी पुढे निघावे; अशी त्यांची प्रवासाची आखणी होती. एका ठिकाणी नदीवर बायकांसाठी अंघोळीला वेगळा 'घाट' होता. तीर्थस्थान करायचे म्हणून आजी त्या ठिकाणी पाण्यात उतरली. आजोबा त्यांची आंघोळ (तीर्थस्थान) पुरुषांच्या वेगळ्या घाटावर उरकून धर्मशाळेत परतले. इकडे आजीचा पायरीवर पाय घसरून ती पडली आणि आतला गर्भ पिशवीसकट बाहेर पडला. आसपास तसं कुणी नव्हतं. आजीनं हातातली काचेची बांगडी फोडली. त्यानं नाळ कापली. पिशवीला चिरा दिला. एव्हाना चार बायाबापड्या जमा झाल्या होत्या. पिशवीतला तो बाळजीव जन्म:च मृत झाला होता. त्या बायकांच्या आधाराने आजी कशीबशी धर्मशाळेत पोहोचली. तिची स्थिती तशी बिकट होती. आजोबा वैतागले. ते म्हणाले, "तुला परतीच्या गाडीत बसवून देतो. मी माझी यात्रा पूर्ण करूनच परतेन." आजी पण अशी हट्टी बाई होती. ती म्हणाली, "याचं तीन दिवसाचं सुतक असतं तोवर तुम्हीही यात्रा करू शकत नाही. सुतक संपलं की मी पण येणारच! मुलाला मूठमाती दिली. (एवढ्या लहान जिवाला अग्नी देत नसत) आणि तीन दिवसांनी ही बहाद्दर बाई यात्रेला निघाली. आजोबांना काहीच फरक पडत नव्हता. 'ये की नको येऊ, तुझी मर्जी! तुझं तू निभाव' असा त्यांचा पवित्रा होता. सगळी हकीकत सांगायचा मुद्दा एवढाच की, बरीच बाळंतपणे झाल्यावर पुढे ती स्त्रीच्या लेखी 'नित्याची' घटना होई. पुरुष तर नामानिराळेच असत. एकत्र कुटुंबात मुलांत मुले वाढत. घरातील ज्येष्ठवयीन स्त्रियाही मुलांना सांभाळत आणि मुलांच्या वडिलांना, प्रसूतीचे

किंवा स्त्रीच्या अवस्थेचे फारसे सोयरसुतक नसे. लग्ने लवकर होत. बाळंतपणे लवकर सुरू होत. मुले भरपूर होत. आजारात घरगुती औषधांवर भर असे. माझ्या आजीच्या काळी मात्र डॉक्टरांचे उपचार घेण्याकडे सधन सुशिक्षित कुटुंबांमधून कल वाढला होता. आमचे 'तळवलकर' म्हणून फॅमिली डॉक्टर होते असे आजी सांगे.

'बाईचे करिअर' वगैरे प्रकार माझ्या आईच्या काळात फारसा नव्हता. बाई थोडी फार शिकू लागली असली तरी तिला लैंगिक विज्ञान, पाळी कशी, का येते वगैरे काही सांगितलेले नसे. आई लग्नाच्यावेळी वीस वर्षांची होती. म्हणजे तिचं तसं उशिराच लग्न झालं. 'वेळेवारी लग्न करावं आणि सुखासमाधानाचा संसार करावा' ह्या दोन वाक्यात बाईच्या जीवनाची 'अथ ते इती' सामावलेली होती. ह्या सुखासमाधानाच्या संसारात दोन ते तीन मुलांचा समावेश होता. या वेळ पावेतो 'कुटुंबनियोजना'ची संकल्पना रुजत होती. मध्यमवर्गीय सुशिक्षित कुटुंबे कुटुंबनियोजन स्वीकारू लागली होती. त्यामुळे बाईही चाळिशीला जरा सुटसुटीत मोकळी होऊ लागली. तिच्या आवडीच्या गोष्टी करू लागली. माझ्या आईने गायन समाज जॉईन केला. ती अतिशय उत्तम गात असे. वेगवेगळे पदार्थ, फुले, बाहुल्या वगैरे प्रकार ती शिकली. तिने आणि वडिलांनी प्रवासही बरोबर केला तरीही कुटुंब नियोजनाच्या शस्त्रक्रियेसाठी नवऱ्याची किंवा वडिलांची परवानगी देणारा फॉर्म भरून त्यावर त्यांची सही लागे. गर्भपात वगैरे करण्याचं तर कुणाच्या स्वप्नातही येत नसावं. माझ्या धाकट्या भावाच्या पाठीवर आईला दिवस गेले. बाळंतपणासाठी ती इंदूरला माहेरी गेली. वडील इकडे मुंबईतच होते. आईला त्या बाळंतपणात संतती प्रतिबंधक शस्त्रक्रिया करवून घ्यायची होती. पण आजोबा ह्याच्या विरुद्ध होते. आपल्याला मुले किती होऊ द्यायची याबाबतीत स्त्रीच्या मताला किंमत नसल्याने आजोबांनी सही देणं नाकारलं. त्या काळी ईमेल, फॅक्स वगैरे साधनं नसल्याने वडिलांना फॉर्म पाठवून त्यांची सही घेऊन तो पोस्टाने घरी येणं आणि आजोबांनी तो सबमिट करणं वगैरे सगळं शक्य नव्हतं. (आणि आजोबांनी सही होऊन आलेल्या फॉर्मलासुद्धा केराची टोपली दाखवली असती) शेवटी ते ऑपरेशन झालं नाही. बहिणीच्या जन्म झाला. पुढे संतती नियमन साधने वापरत असूनही नंतर खूप उशिरा आईला चौथ्यांदा दिवस गेले तेव्हा मी पंधरा वर्षांची होते. माझ्यात आणि धाकट्या भावात सोळा वर्षांचं अंतर होतं. आई पूर्णवेळ गृहिणी असल्याने घर सांभाळणं, मुलांचे अभ्यास घेणं, बँकांचे व्यवहार, बाजारहाट सगळं तिनं केलं. तरी ह्या उशिराच्या बाळंतपणानंतर तिची तब्येत साथ देईनाशी झाली. आजोबा संतती नियमनाच्या विरुद्ध असल्यामुळे माझ्या आईची आई (म्हणजे ती आजी) आणि आई यांची दोन बाळंतपणंही बरोबर झाली. माझं आणि धाकट्या मामाचं वय बरोबरीचं आहे. हा सगळा विचार केला म्हणजे तुलनेने आईच्या पिढीची बाई त्या मानाने बरीच सुटी झाली होती. तिची प्रसूती घरात नव्हे तर दवाखान्यात होऊ लागली होती, पण आधुनिक औषधांबरोबर

पारंपरिक औषधे आणि प्रथा चालू होत्या. (कानात तेल घालणं, डोळ्यात काजळ, हळद चोळणं, दीड महिना घराबाहेर न जाणं) संतती नियमन असल्याने पाळणा लांबत होता आणि प्रत्येक मुलाची वेगळी देखभाल करणे स्त्रीला शक्य होत होतं. एव्हाना कुटुंबेही विभक्त होऊ लागली होती. माझे वडील एकुलते एक असल्याने तसा प्रश्न नव्हता. पण वडिलांचे काका वगैरे चुलत सामाईक घरे नव्हती. नोकरी निमित्त शिकलेली मुले लांबवर बिऱ्हाडं करू लागली होती. आणि मुलांना वाढवण्याची जवळपास सगळी जबाबदारी स्त्रीवर येऊन पडली होती. वडील हा कमाई करून कुटुंब पोसणारा कुटुंब प्रमुख असल्याने तो तेवढे काम इमानेइतबारे करी, संगोपनात मात्र त्याचा सहभाग फारसा नसे.

माझ्या वेळपर्यंत स्त्रीच्या बाबतीत म्हणजे तिच्या करिअरच्या बाबतीत दृष्टिकोन थोडा सैलावला होता. स्त्रीचं करिअर आणि अपत्यसंगोपन यांची सांगड घालणं कौशल्याचं काम असतं. घरच्या सगळ्या कुटुंबाची, विशेषत: नवऱ्याची साथ लागते. माझ्या पिढीतील मध्यमवर्गीय स्त्रिया बहुतेक शिकलेल्या होत्या. एस.एस.सी. ते ग्रॅज्युएटच्या दरम्यान त्यांची शिक्षणे होत असली तरी 'लग्न जमेपावेतो शिक' हाच दृष्टिकोन होता. तरीही, डॉक्टर, इंजिनिअर, वकील वगैरे व्यवसायांकडे स्त्रिया वळू लागल्या होत्या आणि कुटुंबनियोजनाची संकल्पना स्थिरावली होती. साधारणपणे दोन मुलांनंतर पूर्णविराम असावा हे मत बहुसंख्य कुटुंबांनी उचलून धरलं होतं. (शिकस्त म्हणजे तीन मुलं! चौथं मूल हे अपघाताच योगायोगानं वगैरे...). दोन मुलांमध्ये अंतर राखण्यासाठी संततीप्रतिबंधक गोळ्यांचा उपयोग सर्रास होई. पण संततीप्रतिबंधक शस्त्रक्रिया मात्र स्त्रीच करून घेत असे. (अजूनही बहुतेक वेळा तसंच घडतं.) कदाचित वंशसातत्य आणि वंशविस्तारासाठी अधिकाधिक पुरुषबीजांचा फैलाव होऊन ती फलित व्हावीत ही नैसर्गिक प्रेरणा आदीकालापासून अद्यापपर्यंत चालत आलेली असावी. शिवाय पत्नी जर दगावली तर पुरुष तसा चटकन पुनर्विवाह करतो. अजूनही स्त्री

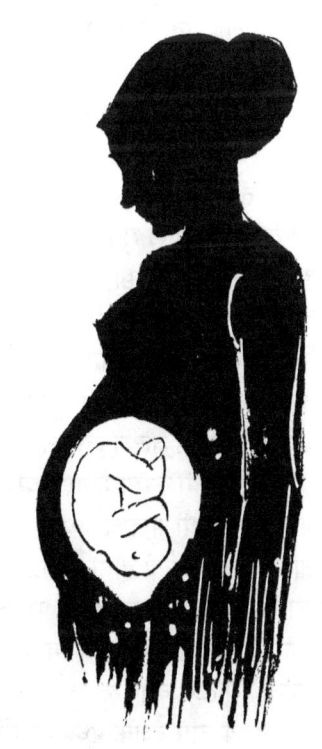

पुनर्विवाह करण्याच्या फारशी फंदात पडत नाही. अगदीच लहान वयात पती निधन झालं असलं तर गोष्ट वेगळी! ह्यातला तत्वर्थ असा की, दुसरं लग्न करायची वेळ आली आणि त्या स्त्रीला जर अपत्याची इच्छा असली तर पुन्हा ऑपरेशन करणं वगैरे सव्यापसव्य करावी लागतात. शिवाय अगदी, शिकलेल्या पुरुषांमध्येसुद्धा कुठेतरी आपल्या कामविषयक व्यवहारांवर याचा परिणाम होईल का? अशी अस्पष्ट शंका असते. म्हणून संततीप्रतिबंधक शस्त्रक्रिया बहुतेक वेळा स्त्रीच करून घेते. माझ्या पिढीतल्या सत्तर टक्के स्त्रिया बऱ्यापैकी मतस्वातंत्र्य घेत असल्या, त्यांना कुटुंबाच्या निर्णयप्रक्रियेत स्थान असले, तरी घर सांभाळून जमलं तर नोकरी कर! नोकरीच्या ठिकाणी कटकटी किंवा लैंगिक सतावणुकीसारखे प्रकार होत असतील तर नोकरी सोडून दे! आधी मुलांकडे लक्ष दे. अशा तऱ्हेचा करिअरच्या बाबतीतला दृष्टिकोन होता. मुलांच्या जन्माच्यावेळी पुरुष स्त्रीला सोबत करू लागले होते. माझा नवरा बोटीवर नोकरीला होता. त्यामुळे पहिल्या मुलाच्या वेळी तो घरी नव्हताच. पण दुसऱ्या मुलाच्या वेळी तो पूर्णवेळ दवाखान्यात माझ्या सोबत होता. मुलाला घट्ट गुंडाळायचं कसं ते त्यानं शिकून घेतलं. मला झोप मिळावी म्हणून कित्येकदा रात्रीचा धाकटा उठला तर त्याला मी दूध पाजल्यावर मला झोपायला सांगून तो धाकट्याबरोबर खेळे! संगोपनासाठी आता डॉक्टरांचा सल्ला मिळू लागला होता. पुस्तके होती. मी नोकरी करीत होते. तेव्हा सासूबाईंनी आणि नोकरी न करणाऱ्या धाकट्या जावेने मला बरंच सहकार्य केलं. म्हणजे संगोपनासाठी आम्ही तुला मदत करू, तू नोकरी कर असा आईचा, सासूचा, जावे, नणंदेचा पाठिंबा बऱ्याच स्त्रियांना होता. एव्हाना पाळणाघरांचाही आस्तेकदम उदय होऊ लागला होता. घरात मदतीला एखादी बाई ठेवण्याचीही आर्थिक ताकद कमावत्या स्त्रीमध्ये आली होती. तरीही घरातील सगळी जबाबदारी , सणवार, नातेसंबंध, लग्नकार्यादी सामाजिक सोहळे ह्या सगळ्या गोष्टी पार पाडणं आणि मुलांचं संगोपन ही नव्वद टक्के जबाबदारी आईचीच राहिली. मूल चांगलं निघालं तर 'आमचं आख्खं खानदानच उत्तम!' आणि वाईट निघालं तर आईनं लाडावलं, शेफारलं, वेळीच कान उपटले नाहीत. नीट संस्कार केले नाहीत वगैरे... सासरी मुलीचा उद्धार व्हायचा म्हणजे 'हेच का तुझ्या आईनं शिकवलं, हेच का वळण लावलं?'

आणि नोकरी करायची तर "घरचं सांभाळून काय ते बघा! तुमच्या पैशांची आम्हाला गरज नाही. आधी मुलांचं बघा." असाच दृष्टिकोन बहुतेक वेळा असे. पण मुलांची संख्या मर्यादित झाली होती. रोगप्रतिबंधक अशा लशी, ट्रिपल डोस वगैरेंमुळे बऱ्याच आजारांना आळा बसला होता. घरातील स्त्रियांचं आणि थोड्याशा प्रमाणात पुरुषांचं सहकार्य मुलांच्या संगोपनात मिळू लागलं होतं. त्यामुळे मोकळेपणा, उसंत, नोकरी करण्याचं स्वातंत्र्य वगैरे स्त्रीला मिळू लागलं.

नंतरच्या चार दशकांमध्ये म्हणजे सत्तरनंतर झपाट्याने बदल घडले. मध्यमवर्गीय

सुशिक्षित कुटुंबांमध्ये मुलीच्या क्षमतेनुसार तिनं हवं तेवढं शिकावं करिअर निवडावं असं घडू लागलं. लग्ने उशिरा होऊ लागली. 'मुलगा किंवा मुलगी काही असो एकच पुरे' ह्या निष्कर्षाला बहुसंख्य जोडपी आली. मुलींच्या करिअरप्रमाणे तिचा कामाचा वेळ कमी-जास्त असला तर नवऱ्याला संगोपन करणं क्रमप्राप्त ठरलं. माझ्या भाच्या, पुतण्या, माझे मुलगे, सुना, त्यांच्या मित्र-मैत्रिणी, नातेवाईक सगळीकडे आता पुरुष मुलाला वेळ होईल तेव्हा सांभाळतात. संध्याकाळी हिंडवतात. मुलाला डॉक्टरकडे नेणं, जेवू घालणं वगैरे गोष्टीतही पुरुषांचा सहभाग वाढलेला दिसतो. स्त्रीला आपल्या करिअरमधील आपलं पद मिळण्यासाठी, राखण्यासाठी मुलं उशिरा होऊ देणं किंवा नको असताना दिवस राहिले तर गर्भपात करणं ह्या गोष्टीही मान्य झाल्या आहेत. मुलांच्या क्षमता, आवडी-निवडी विचारात घेऊन लहानपणापासून त्याच्या विकासाला दिशा देण्याचं काम आई-वडील करू लागले आहेत. आपल्याला मूल नकोच असा निर्णयही काही जोडपी घेतात. आपल्या व्यवसायांमुळे आपण मुलाकडे नीट लक्ष देऊन त्याला वाढवू शकणार नाही. जी जबाबदारी यशस्वीपणे पार पाडता येणार नाही ती उगाच स्वीकारायची आणि ही सामान्य जबाबदारी नसून एका मानवी जीवनाचा प्रश्न आहे, तेव्हा मूल न होऊ देणंच योग्य असा पायाभूत विचार ह्या निर्णयामागे असतो तर लग्न न करता एकत्र राहणारी जोडपी ही जोवर लग्न नाही, तोवर मूल नको ह्या विचारांची असतात.

आपल्या कामात सतत बुडालेल्या आणि त्याची अपराधी खंत बाळगणाऱ्या आई वडिलांच्या एकेकट्या मुलांचे अनेक प्रश्न निर्माण झाल्याचं अलीकडेच मानसोपचारतज्ज्ञ नमूद करतात. पूर्वी बालक-पालक मार्गदर्शन केंद्रांची गरज भासत नव्हती. (Child-Parent Guidance Centres) अलीकडे मात्र ही गरज प्रकर्षाने भासत असून शाळांमध्ये सुद्धा मानसतज्ज्ञ समुपदेशन करू लागले आहेत. सुरक्षितता आणि प्रेम ह्या दोन मानसिक गरजांची पूर्ती होते की नाही हा प्रश्न पूर्वी उद्भवत नव्हता. अन्न, वस्त्र, निवारा तर गरजेनुसार आई-वडील आपल्या पोटाला चिमटा घेऊन मुलांना पुरवत होतेच. पण आई, आजी, मामी, काकू, मावशीचं प्रेम, भावंडांबरोबरची मजा मुलांना मिळत होती. अपत्य संगोपनात ह्या सर्वांचा सहभाग होता.

आता मूल उशिरा होऊ देण्याच्या ह्या वळणावर उशिरा झालेल्या मुलात शारीरिक दोष असण्याची शक्यता अधिक असते असंही तज्ज्ञ सांगत आहेत. पण पूर्वी सोनोग्राफीसारखी आधुनिक तंत्रे नव्हती. अशक्त मुलाला वाचवण्याचे उपचार नव्हते. लहान बाळांच्या हातापायात अस्थिव्यंगे असली तर ती सुधारण्यासाठी शस्त्रक्रिया नव्हत्या. हे सर्व नवीन पिढीला उपलब्ध झालं आहे. 'स्टेम सेल बँक' ही अगदी अत्याधुनिक संकल्पना! त्यातील गोठवून ठेवलेल्या पेशींमुळे पुढील वयात मुलांना काही व्याधी झाल्या तर त्यावर मात करता येते. ही महाग गोष्ट आहे आणि ठराविक

जोडपीच आपल्या मुलांसाठी ही तरतूद करतात. पण यथावकाश या उपलब्धीचा लाभ अनेकजण घेऊ शकतील. मूल निरोगी निपजावं, त्याचं संगोपन दोघांनी करावं, त्यांच्या क्षमतांना पूर्ण वाव मिळावा, ताण न घेता मूल सहजस्वाभाविकपणे वाढावं, त्याला उदंड प्रेम मिळावं, ही आदर्श स्थिती झाली!

अपत्य संगोपनासाठी, मुलाला उत्तम भविष्य देण्यासाठी मग स्त्रीपुरुषांना आपल्या महत्त्वाकांक्षेशी, अपेक्षांशी तडजोड करावी लागेल हे नवीन पिढीला समजू लागलं आहे. ही तडजोड आणि त्याग ते कोणत्या मर्यादेपर्यंत करतात ते येणाऱ्या काळात दिसून येईल.

३

कौटुंबिक जबाबदारी : काल आणि आज

कशीही असो स्त्री कुटुंबकेंद्रीच असते,
म्हणूनच तिने सजग होणे गरजेचे आहे.

वेदकालापासून विसाव्या शतकाच्या पूर्वार्धापर्यंत स्त्रीचे कार्यक्षेत्र बहुतांशी तिच्या घराशी बांधले गेलेले आढळते. मध्ययुगात तर तिला जवळजवळ जनावराचा दर्जाच होता. स्त्रीला काही बुद्धी, मन वगैरे असते याचे भान कुणालाच नव्हते. मध्ययुगात स्त्रीचा दर्जा एवढा खाली घसरला त्याची मुळे वेदकाळात रुजलेली दिसतात. त्याकाळीही स्त्री शक्यतो घरात असे. मुळात कन्या होणे तेव्हापासून त्रासाचे समजले जाई. स्त्रीचा उपयोग कुटुंबासाठी घरात राबणे व वंशासाठी भरपूर पुत्र प्रसवणे एवढाच असे. ऋतुस्नात स्त्रीने पुत्रप्राप्तीच्या इच्छेने पतीचे दर्शन घेतल्यानंतर उपाध्यायाने या दांपत्यासाठी 'पुत्रीय विधान' या नावाचा विधी करावा असे सुश्रुत आपल्या चरक संहितेत सांगतो. पुत्राची प्राप्ती हवी असल्यास 'सम' रात्री मिलन घडावे. कारण सम संख्या शुभ असतात. असेही मनुस्मृती व याज्ञवल्क्य स्मृतीत नमूद केलेले आढळते. स्त्रीने अपत्यप्राप्ती नव्हे तर पुत्रप्राप्ती करावी यासाठी सारी धडपड स्मृती श्रृती पुराण काळापासूनच आढळते. गर्भाधानाचा संस्कारही पुत्रप्राप्तीसाठीच केला जातो. त्यानंतरचा विधी पुंसवनाचा असतो. तोही पुत्रप्राप्तीसाठीच असतो. 'सीमंतोन्नयन' हा संस्कार गर्भवती स्त्रीचा गर्भ सहा वा आठ महिन्यांचा झाल्यावर केला जातो. हा संपूर्ण संस्कार पुत्रप्राप्ती व्हावी या हेतूनेच केलेला असतो. मुलगी जन्माला येणे मातृकुल, पितृकुल व पतिकुल अशा कुलत्रयाला संशयात टाकत असल्याने मुलगी जन्माला येणे क्लेशकारक ठरते, असे रामायण आणि महाभारतातही म्हटले आहे.

पुराणकाळी स्त्री ही एकप्रकारे पुरुषाच्या संपत्तीचा भाग असून तिच्यावर त्याचा

मालकी हक्क असे. स्त्री जन्मल्यानंतर जमेल तितक्या लवकर तिला गृहकार्याची शिकवण देऊन सासरी पाठवणी करावी असे माता-पित्यांचे धोरण असे. पूर्वी वेदकाळी स्त्रीचा उपनयन विधी केला जाई. पण मुले ज्याप्रमाणे गुरूगृही शिकण्यास जात तसे स्त्रीला न पाठवता लग्न होईतो तिला कुटुंबातच जुजबी शिक्षण व गृहकृत्यांचे शिक्षण देण्यात येई. आपण गार्गी, मैत्रेयी इत्यादि स्त्रियांच्या विद्वत्तेबद्दल ऐकतो. पण अशा अगदी हाताच्या बोटावर मोजण्याएवढ्या ब्रह्मवादिनी असत. बाकी सगळ्या सद्योवधू असत. त्या घरात थोडेसे शिकत तेही विवाह होईपर्यंत. पुढे पुढे विवाहाचा काळ लवकर आलेला दिसतो. स्त्री अपत्यसंभवासाठी पात्र ठरली, म्हणजे तिची पाळी येऊ लागली की, तिचा एकही ऋतू फुकट जाऊ नये म्हणून रजोदर्शनापूर्वीच तिचा विवाह करून देण्यात येई. म्हणजे स्त्रीने कुटुंबासाठी जास्तीत जास्त पुत्र प्रसवावेत त्यांचे संगोपन करावे.

स्त्रीने विवाहापूर्वी पिता व भावाच्या, तरुणपणी पतीच्या व म्हातारपणी मुलाच्या आधाराने राहावे. तिला स्वातंत्र्य नाही असे मनुस्मृती घोषित करते. स्त्री कशी असावी तर ती कामकाजात मंत्र्यासारखी, सेवेसाठी दासीसारखी, भोजनासाठी आईसारखी आणि पत्नीसुख देतांना रंभेसारखी असावी. तिने घरात पुरुषाच्या व मुलांच्या कामासाठी तत्पर असावे. रात्री पतीच्या इच्छेला मान द्यावा ही स्त्रीची कौटुंबिक जबाबदारी असे. त्यात कामचुकारपणा करणाऱ्या स्त्रीला कौटिल्याच्या ग्रंथात व मनुस्मृतीत विविध शिक्षा फर्मावलेल्या आढळतात. वगैरे गोष्टींचे संस्कार स्त्रीवर लहानपणापासून केले जाऊ लागले. शिक्षणापासून विवाहावेळच्या वयापर्यंत स्त्री पुरुषाच्या तुलनेत कमी दर्जाची असावी असा सामाजिक अलिखित नियम दृढ झाला. या विचारधारेतून जी सामाजिक चौकट निर्माण झाली त्यामुळे स्त्रिया अन्याय, दडपशाही आणि शोषणाच्या बळी ठरल्या. थोडक्यात काय तर सर्व गृहकृत्ये करावीत, पण त्यांना अधिकार मात्र कसलेही नाहीत; अशी परिस्थिती विसाव्या शतकाच्या प्रारंभीपर्यंत कायम होती. स्त्री व शूद्र हे ताडनाचे अधिकारी असतात हा स्मृती काळापासून चालत आलेला खाक्या कायम होता.

साधारण १९४० पासून परिस्थिती बदलू लागली. स्त्रियाही माणूसच आहेत, त्यांना सर्व तऱ्हेची बुद्धिमत्ता व अन्य शक्ती निसर्गाने दिलेल्या आहेत; तरीही स्त्रिया गुलामगिरीचे जिणे जगत आहेत याची जाणीव होऊन १९४५ साली संयुक्त राष्ट्रसंघाची सनद जाहीर झाली. त्यात स्त्रिया आणि पुरुषांना समान अधिकार जाहीर झाले. मूलभूत मानवी अधिकारांवर विश्वास व मानवी प्रतिष्ठेचं महत्त्व श्रेष्ठ ठरले. स्त्रियांना माणूस म्हणून समान दर्जा मिळावा असं ही सनद जाहीर करीत होती.

१९५६ साली हिंदू कोड बिल संमत होऊन हिंदू स्त्री-पुरुष कायद्याने समान ठरले. त्याच्याही पुष्कळ आधीपासून महात्मा गांधींनी स्त्रियांना स्वातंत्र्य चळवळीत सामील करून घेतल्याने स्त्रिया घराचा उंबरठा ओलांडून बाहेर आल्या. त्यांनी स्वातंत्र्य चळवळीत असामान्य कामगिरी बजावली. महाराष्ट्रात महात्मा ज्योतिराव फुले, सावित्रीबाई फुले,

महर्षी अण्णासाहेब कर्वे इत्यादींच्या प्रचंड परिश्रमाने स्त्रीशिक्षणाची मुहूर्तमेढ रोवली गेली आणि जागतिक युद्धांमुळे आर्थिक मंदी आल्यावर कुटुंबाला आर्थिक मदत हवी म्हणून स्त्रिया नोकरीसाठीही बाहेर पडल्या. ह्या सर्व घटना महाराष्ट्रातील स्त्रीच्या विकासाला कारणीभूत ठरल्या. १९७५ साली मेक्सिकोमध्ये पहिली जागतिक महिला परिषद झाली. त्यावेळी स्त्रियांसाठी अनेक पातळ्यांवर कामे करण्याचे निर्णय झाले. त्याआधीपासून महाराष्ट्रात स्त्री-संघटना, महिलामंडळे, सामाजिक कार्य करणाऱ्या संस्था, सरकारमधील महिला प्रतिनिधी हे स्त्री-पुरुषांमधील सामंजस्य व सलोखा, स्त्रियांचं जीवनमान उंचावणे, स्त्री शिक्षण, स्त्रीचं निर्णय स्वातंत्र्य, आर्थिक स्वावलंबन इत्यादीसाठी कार्यरत झाल्या होत्या. या सर्वांच्या फलस्वरूप गेल्या पाच दशकात निदान महाराष्ट्रात शहरी व निमशहरी स्त्रियांच्या परिस्थितीत झपाट्याने बदल घडत गेला. कुटुंबाची सेवा आणि पुत्रांना जन्म देणे ही स्त्रीची मुख्य जबाबदारी नव्हे तर ते तिच्या जीवनाचे इतिकर्तव्ये होतं यात काही फरक घडून आला का?

याबद्दल आपण विचार करू लागतो, तेव्हा एक गोष्ट लक्षात येते. स्त्री ही खेड्यात राहणारी असो, शहरातील गृहिणी असो, की नोकरी, व्यापार, उद्योग करणारी असो. अशिक्षित असो वा सुशिक्षित असो, सर्व स्त्रियांच्यात एक समान गुणधर्म आढळतो. प्रत्येक स्त्री तिच्या कुटुंबाशी, घराशी, मुलाबाळांशी अतूटपणे बांधली गेलेली असते. निसर्गानेच तिच्यावर अपत्य प्रसवाचे, भरणपोषणाचे काम सोपविल्याने तिच्यात जे मातृत्वगुण असतात त्यामुळे ती स्वभावत: कुटुंबकेंद्री असते.

आपल्या कौटुंबिक जबाबदाऱ्या पार पाडताना आजची स्त्री अक्षरश: दुर्गेसारखी आठ हातांनी सर्व आघाड्यांवर लढताना दिसते या सर्वात अग्रक्रमाने येतं -

गृहकृत्य -

स्त्री लग्न होऊन घरी आल्यावर सामान्यत: घरातील चहा, फराळ, स्वयंपाक ही तिची जबाबदारी होते. घरात इतर स्त्रिया असल्या तर ही जबाबदारी थोडी वाटली जाते एवढेच! साध्या स्वयंपाकाच्या जोडीला नवीन जमान्याचे पदार्थ मुलांना आवडतात, घरात पार्ट्या वगैरे होतात म्हणून करावे लागतात. पंजाबी, बंगाली, चायनीज वगैरे पदार्थ शिकावे लागतात. घरात, भाज्या, धान्य, दळण, फळे, किराणा सामान इत्यादीची व्यवस्था तिला पाहावी लागते. पती आपला पगार तिच्या हाती देऊन मोकळा होतो. त्या पैशात बजेट बसवितांना महागाईच्या जमान्यात स्त्रीला तारेवरची कसरत करावी लागते.

घरात पाहुणे रावळे, सणवाराचे खास पारंपरिक बेत, घरातील कुलाचार ही सारी तिचीच जबाबदारी. या बाबतीत सध्या परिस्थिती शहरात तरी सुधारलेली दिसते. कुटुंबे लहान असतात. चारपाच माणसांच्या कुटुंबात फार स्वयंपाकाची गरज नसते. जे पदार्थ तयार मिळतात ते आणण्याकडे कल वाढला आहे. 'तयार पदार्थ' पुरविणाऱ्या परत स्त्रियाच असतात. त्यांनाही या निमित्ताने चार पैसे मिळतात.

तर घराची सफाई-स्वच्छता हा प्रांत प्रामुख्याने स्त्रीचा असतो. पाणी भरणे (खेड्यांमध्ये पाणी भरणे हा स्त्रीचा सर्वात मोठा कष्टाचा व वेळखाऊ उद्योग असतो.) कपडे, भांडी वगैरे कामे, पंखे, माळे स्वच्छ करणे आणि जर या साठी गडीमाणसे असल्यास त्यांच्याकडून करवून घेणे ही स्त्रीची जबाबदारी असते.

बँकांचे व्यवहार, पत्रे लिहिणे, किरकोळ खरेदी, भाजी स्वच्छ करून ठेवणे वगैरे कामे स्त्रीलाच करावी लागतात.

ही परिस्थिती निदान शहरात सुसह्य झाली आहे कारण मिक्सर, फ्रीज, ओव्हन वगैरे अनेक उपकरणे तिच्याकडे आली आहेत. रेडी टू मेक, रेडी टू बेक असे पदार्थ (झटपट तयार होणारे) मिळतात. घरात पुरुष मदत करतात. मुलेही घरकामात हातभार लावू लागतात. स्त्रियांवरही परंपरेचा पगडा असल्याने आपला नवरा हातात झाडू घेऊन आला किंवा स्वयंपाक करू लागला तर त्यांनाच ते आवडत नाही. मुलीला घरकाम शिकवण्यावर स्त्रीचा भर असतो.

आपण स्त्रियांनी याबाबतीत काही गोष्टी लक्षात ठेवायला हव्यात.

- घरकाम ही मुलगा, मुलगी, नवरा व बायको सर्वांचीच जबाबदारी आहे. आपल्या वेळेनुसार, कुवतीनुसार प्रत्येकाने हातभार लावायला हवा.
- गृहकृत्याची लाज न बाळगण्याचे श्रमप्रतिष्ठेचे मूल्य कुटुंबात रुजविण्याचे काम आपणच करायला हवे.

नोकरी

महानगरांमध्येच काय उपनगरांमध्ये सुद्धा या महागाईच्या काळात स्त्रीने नोकरी, उद्योग करून प्रपंचाला हातभार लावावा अशी अपेक्षा असते. अगदी वधूवरसूचक मंडळाच्या जाहिराती पाहिल्या तरी मुलगी गोरी, सुंदर, गृहकृत्यदक्ष, नोकरी करणारी हवी असते. या जमान्यात दोन खोल्यांचे घर घ्यायचे तरी प्रचंड पैसा लागतो. पण स्त्री नोकरी करते. त्या पैशांवर पुष्कळदा स्त्रीचा हक्क नसतो. ती उपनगरातून दूरवर प्रवास करून नोकरी आणि बहुतेक गृहकृत्ये पार पाडते. तिच्या नोकरीचा विचार करताना तिची क्षमता, आवड, शिक्षण वगैरे लक्षात घेण्यापेक्षा घर सांभाळून झेपेल ते काम तिने करावे अशी अपेक्षा असते. कामावरही स्त्रीची हेटाळणी होते. लैंगिक सतावणुकीला तोंड द्यावे लागते ते वेगळेच.

घरकाम करून बायका जोडधंदा म्हणून अनंत कामे करतात. शिकवण्या, मोत्याचे दागिने, पोळीभाजी, फराळाचे पदार्थ, शिवणकाम, स्टोव्ह दुरुस्ती, वाती करणे, भरतकाम, पर्सेस, पार्टटाईम नोकऱ्या, शिशूवर्ग घेणे, संस्कार वर्ग, एक ना दोन अनेक कामे त्या करतात. कुटुंबाच्या मिळकतीत भर टाकण्याची कौटुंबिक जबाबदारीही त्या आनंदाने पार पाडतात.

पण या मिळकतीवर अगदी अलीकडच्या काळापर्यंत स्त्रीचा हक्क नसे. तिला पैसे सासूकडे वा नवऱ्याकडे द्यावे लागत. सुदैवाची गोष्ट म्हणजे ही परिस्थिती आता बदलते आहे. स्त्री स्वतःच्या मिळकतीबाबत सजग झाली आहे. शिवाय तिच्या बुद्धीचा, कुवतीचा, क्षमतांचा विचार करून आई-वडील तिला करिअरची निवड करण्यास स्वातंत्र्य देऊ लागले आहेत. तिचे करिअर हे गृहकृत्य करून फावल्या वेळचे काम उरलेले नाही. लग्नानंतर आपले करिअर जोपासायला मिळावे ही अट मुली घालू लागल्या आहेत आणि सासरचेही त्यांना पाठिंबा देऊ लागले आहेत.

पुत्रप्राप्ती, वंशाच्या दिव्याला जन्म देणे

मातृत्व ही निसर्गाने स्त्रीला बहाल केलेली मोठी शक्ती. पण पुरुष-प्रधान संस्कृतीत स्त्री हे पुरुषाच्या वंशाला दिवा देणारं साधन ठरलं. वेदकाळापासून आजतागायत ते चालतच आलेलं आहे. यात सुशिक्षित समाजही फारसा मागे नाही. स्त्रीची कुटुंबातील पहिली जबाबदारी म्हणजे कुटुंबाचे नाव चालविणाऱ्या मुलाला जन्म देणे. (जीवशास्त्रीयदृष्ट्या मुलगा आणि मुलगी सारखे असून वांशिक वारसा सारखाच पुढे चालवितात हे सिद्ध झाले तरी या एकंदर समजुतीत आणि स्त्रीच्या मुलगा जन्माला घालण्याच्या जबाबदारीत फारसा फरक पडलेला नाही.)

अद्यापही कित्येक लोक स्त्री 'पुत्र'वती नसेल तर तिला कित्येक ठिकाणी येऊ देत नाहीत. विशिष्ट समाजात तर जोवर मुलगा होत नाही तोवर स्त्रीला वांझ समजतात.

आज विज्ञानाने सिद्ध झालेले आहे की, गर्भाच्या लिंगासाठी पुरुषाचा 'जीन' कारणीभूत असतो. तरीही मुलगा होणे–न होणे ही स्त्रीची जबाबदारी मानली जाते. मुलगा झाला नाही तर कित्येकदा दुसऱ्या लग्नाचा विचारही होत असे. मुलगा प्रतिष्ठेचे कारण असतो हे अजूनही समाजमान्य आहे. त्यामुळे गर्भलिंग चाचणीचा शोध लागल्यावर मुलीचा गर्भ पाडून टाकण्यासाठी त्याचा उपयोग होऊ लागला. त्यावर शेवटी कायद्याने बंदी आणावी लागली. तेव्हा मुलगा प्रसविणे ही कौटुंबिक जबाबदारी स्त्रियांना पार पाडावी लागते. ती सर्वात मोठी असते. लग्न झाल्यावर चार–पाच महिन्यांतच स्त्री गर्भवती आहे का ही विचारणा सुरू होते.

अलीकडे शिकलेल्या व उच्चपदस्थ स्त्रिया मात्र एकाच अपत्यावर थांबताना दिसतात. मग तो मुलगा असो वा मुलगी. ही सुरुवात म्हणजे सुचिन्ह मानायला हरकत नाही.

मुलांचे संगोपन, शिक्षण

मुलांचे संगोपन ही स्त्रीचीच जबाबदारी मानली जाते. स्त्री प्रसंगी स्वत:कडे दुर्लक्ष करून मुलांना वाढविते, जपते. स्त्री कालची, आजची, उद्याची कधीचीही असो, अपत्यांना सांभाळताना ती वाघीण होते.

पूर्वी मुलगा आणि मुलगी यांच्या संगोपनात भेद केला जाई. जेवण, कपडे, शिक्षण सगळ्याच बाबतीत मुलाला अग्रक्रम असे. आता मात्र ही परिस्थिती निदान शहरात तरी बदलली आहे.

मुलांवर संस्कार करण्याची जबाबदारी आजही प्रामुख्याने आईचीच असते. स्त्री कामावर जात असेल तर तिचे मूल आई वा सासू सांभाळतात. पर्यायाने ही जबाबदारी स्त्रियाच पार पडतात. बालवाड्या, पाळणाघरे, संस्कार केंद्रे यांच्या संचालिका स्त्रियाच असतात. मुलाला शाळेत घालणं, अभ्यास करवून घेणं, क्लासची चौकशी, ट्यूशन्स, पालकसभांना उपस्थिती लावणं, या सगळ्या गोष्टी स्त्रियाच करतात. मुलाच्या व्यक्तिमत्त्वविकासास पोषक गोष्टी उपलब्ध करणे ह्या बहुतेक गोष्टी बहुसंख्य कुटुंबांमधून स्त्रियाच करताना आढळतात.

सण–समारंभ, कुलधर्म कुलाचार, व्रतवैकल्ये

सण–समारंभ, कुलधर्म, कुलाचार, व्रतवैकल्ये ह्या सर्व गोष्टी नेटक्या पार पाडण्यात स्त्रीची जबाबदारी फार मोठी असते. पूर्वी पूजेला स्त्री बसत नसे किंवा शोभेपुरती असे. आता पूजापाठ स्त्रिया पार पाडतात. इतकेच काय लग्नापासून सर्व विधींचे पौरोहित्यही स्त्रिया करतात.

व्रतवैकल्ये करून कुटुंबाचे शुभ, मंगल व्हावे म्हणून स्त्रिया देह झिजवतात. नवससायास करून कुटुंबाला संकटातून बाहेर काढण्यास देवाला साकडे घालतात.

शुश्रूषा

आजारी मुले, सासुसासरे, नवरा या सर्वांची शुश्रूषा करण्याची प्रमुख जबाबदारी स्त्रीची असते. पथ्यपाणी, वेळचे वेळी औषधपाणी, सेवा करणे, जागरण करणे हे स्त्रीच पार पाडत आली आहे. उद्यासुद्धा ती प्रामुख्याने स्त्रीचीच जबाबदारी असणार आहे.

एकंदरीतच स्त्री अधिक स्वतंत्र होते आहे. शिकते आहे. बाहेरच्या जगात महत्त्वाची पदे भूषविते आहे. तिला अनेक क्षेत्रे खुली झाली आहेत. उच्चतम क्षमता दाखवून तिने आर्मी, नेव्ही, पोलीस फोर्समध्येही प्रवेश मिळविला आहे. तरी अजून तिच्या कौटुंबिक जबाबदाऱ्या फारशा कमी झालेल्या नाहीत. अलीकडे तिच्या काही जबाबदाऱ्यांमध्ये वाढ झालेली आहे. स्त्रीला जर भाऊ नसेल तर तिच्या आई-वडिलांना म्हातारपणी तिने आधार द्यावा अशी कायद्याने तरतूद केलेली आहे. म्हणजे सासरच्या जबाबदाऱ्यांबरोबर माहेरच्या जबाबदाऱ्याही तिला यापुढे घ्याव्या लागतील. अर्थात ही जबाबदारी स्त्री आनंदाने स्वीकारेल. तथापि परिवर्तन हळूहळू का होईना घडत आहे. कायदा, सामाजिक परिस्थिती, शिक्षण यांच्यामुळे स्त्रीच्या कौटुंबिक जबाबदारीत पुरुष व घरातील मुलेही सहभागी होऊ लागली आहेत. कौटुंबिक जबाबदारीतील कित्येक जाचक गोष्टींमधून तिची सुटका होऊ लागली आहे.

भविष्यकाळी स्त्री बरीच आश्वस्त असेल अशी आशा करायला हरकत नाही. दुर्गेसारख्या अष्टभुजांनी लढणाऱ्या स्त्रीच्या सोशिक, कौटुंबिक, प्रेमळ अशा चिरंतन रूपाविषयी कविवर्य विंदा करंदीकर म्हणतात –

तू घरभर भिरभिरत असतेस
लहान मोठ्या वस्तूत तुझी प्रतिबिंबे
रेंगाळत असतात...
स्वागतासाठी सुहासिनी असतेस.
वाढतांना यक्षिणी असतेस
साठविताना संहिता असतेस
भविष्याकरता स्वप्नसती असतेस.

■

४

किंचित परिवर्तन

चार भिंतीत रहायला तयार नसणे
म्हणजे बंड नव्हे....
ती धडपड असते परिवर्तनाची

शक्ती, मुक्ती, स्वरूपिणी, जगज्जननी असा आदी स्त्रीस्वरूपाचा गौरव प्राचीन काळापासून केलेला आढळतो. तेव्हापासून आदिबंधात्मक स्त्रीस्वरूप हे दोन तऱ्हेने महत्त्वाचं ठरलं. निसर्गाने तिला प्रजोत्पत्ती करून मानववंश पुढे चालवत नेण्याची शक्ती दिली आहे. पूर्वी शेती ही बव्हंशी स्त्रीच्या हाती असून ती हत्यारे चालविण्यात तरबेज होती. त्यामुळे सर्वच तऱ्हेने स्त्री ही प्रत्येक वंशसमूहाच्या केंद्रस्थानी होती. म्हणूनच भारतीय संस्कृतीच्या आरंभी आपल्याला मातृसत्ताक पद्धती आढळून येते. काळाच्या ओघात परिवर्तन झाले. पुरुषसत्ताक पद्धतीने स्त्रीला पार जखडून टाकले. पण समाज स्थितीशील नसतो. त्यामुळे हळूहळू यातही बदल घडू लागले. या संदर्भात विसाव्या शतकाचा उत्तरार्ध तपासून पाहणे महत्त्वाचे ठरते.

या कालखंडात एकंदर स्त्रीजीवन झपाट्याने बदललं आणि विकास पावलं. केवळ घरात राहणाऱ्या संसारी गृहिणीच्या जीवनात या पन्नास-साठ वर्षात मोठे बदल घडून आले. पण आपल्या खंडप्राय देशात समाजरचना गुंतागुंतीची आहे. त्यामुळे प्रामुख्याने गृहिणी असलेल्या स्त्रीचा विचार करताना सुद्धा ग्रामीण आणि शहरी व मध्यमवर्गीय, सधन आणि अतिश्रीमंत अशी निदान ढोबळमानाने वर्गवारी करावी लागेल.

साठ-सत्तर वर्षांपूर्वी, गरीब स्त्रिया शेती वा इतर कामांसाठी बाहेर पडत. सधन वर्गाच्या स्त्रिया घराच्या चार भिंतीतच वावरत. एकत्र कुटुंब पद्धती होती. घरातील विविध कष्टांची कामे स्त्रियांना करावी लागत. स्त्रीला शिक्षण देत नसत. सासुरवास,

जाच, छळ सहन करावा लागे. चूल आणि मूल या क्षेत्रापुरतेच तिचे कर्तृत्व मर्यादित होते. सर्वांसमोर पुरुषांशी बोलता येत नसे. अधिकाधिक मुलगे प्रसवणे हे अर्थात तिचे आद्य कर्तव्य होते. तिला जर मुलगा झाला नाही तर तो तिचा दोष मानून तिला टाकून दिले जाई. मुलगा हा सात कुळांचा उद्धार करणारा, पितरांना पाणी देणारा, वंशाचे नाव पुढे चालवणारा असल्याने मुलगा जन्माला घालणे अगत्याचे असे.

माहेरी वडील व थोरले भाऊ यांच्या अंकित असली तरी तिथे ती त्यामानाने सुखी असे. माहेरची ओढ आणि सुखी जीवन व्यक्त करणारी किती तरी सुरेख स्त्रीगीते आपल्याला आढळून येतात. सासरी मात्र पती, थोरले दीर, सासू-सासरे यांची सेवा करावी लागे. पती जिवंत असेपर्यंतच स्त्रीची किंमत असे. त्यामुळे पतीने कितीही छळले, हाल केले, दुसऱ्या बायका केल्या, तिच्याकडे पार दुर्लक्ष केले तरी स्त्री ते सर्व निमूटपणे सहन करून त्याची मर्जी राखण्यासाठी धडपडत असे. पुढे म्हातारपणी मुलगा हाच आधार! म्हणून मुलाला व पतीला खूष राखावे लागे. ही त्यागमूर्ती. तिच्या त्यागावर संसार उभा असतो हे संस्कार. मुलगा पुढे यावा ही मोठी अपेक्षा कारण त्याच्या प्रतिष्ठेवर तिची प्रतिष्ठा अवलंबून असे आणि अपत्यप्रेम या सर्वांमुळे मुलाकरता, पतीकरता कोणताही त्याग करण्याची तिची तयारी असे. मुलीचे लग्न लवकरात लवकर लावून टाकले की, आई-वडील सुटकेचा नि:श्वास सोडत. एकदा ती सासरी गेली की, कितीही हाल झाले शारीरिक, मानसिक इजा झाली तरी तिची तिथून सुटका नसे. स्त्रीमध्ये जराही दोष आढळला किंवा तिचा कंटाळा आला तरी पुरुष तिचा सहजपणे त्याग करी. पण पती लंगडा, आंधळा, रोगी, बाहेरख्याली कसाही असला तरी, तिला त्याची सेवा करीत एकनिष्ठपणे राहावे लागे.

विधवा स्त्रीच्या हालांना सीमा नसे. अगदी तीस-चाळीस वर्षांपूर्वी केशवपन रूढ होते. लाल अलवण, डोईचे केस उतरलेले. कोणतेही दागिने वा प्रसाधन नाही, शुभप्रसंगी तोंड दाखवायचे नाही, कडक उपास-तापास, स्वयंपाकपाणी व मुलांना सांभाळणे असे खडतर आयुष्य व हेटाळणी तिच्या वाट्याला येई.

स्त्रीची पूर्ण वाढ होण्याला वाव नसे. तिचे आजार दुर्लक्षिले जात. सर्वांची जेवणे संपल्यावर तिने जेवावे. उरलेसुरले संपवावे असा रिवाज असे. कित्येक ठिकाणी पती जेवून उठल्यावर त्याच्या उष्ट्या ताटात तिला जेवावे लागे. तिची बहुतेक व्रते ही पतीच्या दीर्घायुरारोग्यासाठी व भरभराटीसाठी असत.

बाहेरच्या जगाचा अनुभव नाही. शिक्षण नाही. विचार करण्याची संधी नाही. एक स्वतंत्र व्यक्ती किंवा माणूस म्हणून तिच्याकडे कुणी बघत नसे. अशा स्थितीत प्रतिष्ठा मिळवून देणारे नवऱ्याचे मोठेपण, दागदागिने, शालू-शेले, हेवे-दावे, मत्सर यातच ती अडकून राहिली. अनेक दशके सुप्तावस्थेत राहिलेली स्त्रीशक्ती शिक्षणाच्या वाऱ्याने प्रज्वलित झाली. ज्योतिबा फुले, धोंडो केशव कर्वे यांच्या प्रयत्नांनी शिक्षण, विधवांचा

पुनर्विवाह, स्त्रीचा आत्मसन्मान या गोष्टींसाठी संघर्ष सुरू झाला. अनेक सुसंस्कृत व्यक्तींनी त्याचा पाठपुरावा केला. गांधीजींच्या स्वातंत्र्य चळवळीमुळे घराघरांतील सामान्य स्त्रिया देशकार्यात ओढल्या गेल्या. असहकार, विदेशी कापडांची होळी, सत्याग्रह, चले जाव, खादी चळवळ इत्यादी कार्यात त्या भाग घेऊ लागल्या. आत्मसन्मान व आत्मविश्वास जागृत झाला. ही प्रक्रिया चालूच राहिली. त्यामुळे आजची ग्रामीण विभागातील स्त्री खूप वेगळ्या स्वरूपात दिसते. आजही गोरगरीब वर्गातील स्त्रिया मोलमजुरी व शेतीसाठी घराबाहेर पडतात. घरी राहणारी स्त्री सुस्थित घरांमधीलच असते. ती शालान्त परीक्षेपर्यंत शिक्षण घेऊ लागली आहे. अगदी अलीकडे ती आपल्या मुलींना कॉलेजात पाठविण्याचा आग्रह धरू लागली आहे. सुना सुशिक्षित असाव्यात असेही तिला वाटते. ग्रामीण विभागातही पाचवारी साडी किंवा पंजाबी पोशाख अशी सुटसुटीत वस्त्रे हळूहळू रूढ होऊ लागली आहेत. आपल्या मुलांचा ती अभ्यास करवून घेते कारण ती स्वत: थोडीफार शिकलेली असते. मुलांच्या खाण्यापिण्याकडे तिचे बारकाईने लक्ष असते. प्रसारमाध्यमे तिच्या घरापर्यंत पोहोचल्याने तिला बाहेरच्या जगाची चांगली माहिती होऊ लागली आहे. पूर्ण वेळ गृहिणी म्हणून जरी ती वावरत असली, अर्थार्जनासाठी तिला बाहेर पडावे लागत नसले तरी आज ती घराच्या चौकटीत बंदिस्त राहात नाही. महिला मंडळे, आरोग्य केंद्रे, पंचायत इत्यादी ठिकाणी ती उत्साहाने वावरू लागली आहे. समाजकारण, राजकारण यात मधूनमधून भाग घेऊ लागली आहे. अशी जागृत स्त्री उत्तम कार्य करू शकते हे सिद्ध करणारे आपल्या समोर एक उदाहरण आहे. अहमदनगरच्या ग्रामीण भागात मॅगसेसे पारितोषिक विजेत्या डॉ. आरोळे पती-पत्नी यांनी एक आरोग्यविषयक प्रकल्प राबविला. त्यात त्यांनी हुषार अशा ग्रामीण विभागातल्याच स्त्रिया निवडल्या. त्यांना प्रशिक्षण दिले. या स्त्रियांनी आपापल्या विभागात जाऊन स्वच्छता व प्राथमिक आरोग्यविषयक जाणीव उत्तम तऱ्हेने जागृत केली.

शिक्षण व हक्कांची रास्त जाणीव हळूहळू पण निश्चितपणे तिला होऊ लागली आहे. म्हणून जेव्हा जिवावर बेतेल किंवा फार हाल होतील तेव्हा त्याचा ती निकराने प्रतिकार करू लागली आहे. महाराष्ट्रातील दोन-तीन गावांमध्ये महिलांनी दारूचे गुत्ते बंद पाडल्याची उदाहरणे आहेत. मुख्यमंत्र्यांनीही अशा महिलांना सर्व मदत देण्याचे जाहीर केले. निमशहरी विभागात वीज आली. शेतीच्या उत्तम व्यवहाराने सधनता आली. अशा घरांमध्ये फ्रीज, मिक्सर, गॅस अशी आधुनिक उपकरणे आल्याने त्या स्त्रियांची घरातील कामे चटकन संपू लागली आहेत. मोकळ्या वेळात वाचन, घरातल्या घरात बालवाडी चालविणे, वेगवेगळ्या कला-कौशल्याच्या गोष्टी शिकणे, पाळणाघरे चालविणे, शिकवण्या करणे, अशा अनेक प्रपंच सांभाळून घरातल्या घरात करता येण्याजोग्या गोष्टी स्त्रिया करू लागल्या आहेत. समाजकार्यात भाग घेऊ लागल्या आहेत.

मुख्य म्हणजे शिक्षण आणि थोडे बहुत खुले वातावरण यामुळे स्त्रीची विचार करण्याची प्रक्रिया सुरू झाली आहे आणि आस्ते आस्ते तिला आपल्यातील शक्तीची जाणीव होऊ लागली आहे. रूढी-परंपरांचा पगडा असलेल्या समाजात संथ गतीने का होईना परिवर्तन होत आहे.

शहरी विभागात मात्र चित्र थोडं वेगळं होतं. स्वातंत्र्यपूर्व काळापासूनच स्त्रियांना शिक्षण मिळायला सुरुवात झाली होती. लवकरच स्त्रिया शालान्त शिक्षण पूर्ण करताना दिसू लागल्या होत्या. लग्न थोड्या उशिरा करू लागल्या. शहरातील लहान जागांमुळे हळूहळू कुटुंब विभक्त होऊ लागली होती. जरी मुलाबाळांचं, नवऱ्याचं सगळं करणं, घरातील कामे करणं हे तिचं कर्तव्य होतं, तरी ते करून तिला थोडा वेळ मिळू लागला होता. शिकलेले पुरुष थोडेबहुत का होईना पत्नीची मते विचारात घेऊ लागले. स्त्रिया राजकारणात हळूहळू भाग घेऊ लागल्या. अवंतिकाबाई गोखलेंसारख्या स्त्रिया नगरपालिकेवर निवडून गेल्या होत्या. ठिकठिकाणी महिला मंडळे स्थापन झाली होती. पूर्ण वेळ गृहिणी असणाऱ्या स्त्रियादेखील चार भिंतीत राहायला तयार नव्हत्या. कितीतरी स्त्रियांनी कला, प्रबोधन, शिक्षण, कुटुंबनियोजन, लेखन इत्यादी प्रांतात घर सांभाळून कार्य करायला सुरुवात केली होती. नृत्य, संगीत स्त्रीने शिकणे हे त्यावेळी अयोग्य मानले जाई. पण मोजक्या स्त्रियांनी त्याही प्रांतात आपला ठसा उमटवायला सुरुवात केली होती. काही घरांमधून पुरुषांशी मोकळेपणी बोलणे, वावरणे हेही सुरू झाले होते. गेल्या दोन दशकांत शहरी विभागातल्या स्त्रीमध्ये झपाट्याने परिवर्तन झालेले दिसते.

आजची पूर्ण वेळ गृहिणी असलेली शहरी स्त्री खूप उन्नत झालेली दिसते. मध्यम वर्गीय स्त्रीने पदवीपर्यंत शिक्षण घेतलेले असते. गरीब वर्गातही शिक्षणाची खूप ओढ उत्पन्न झाली आहे. घरात राहून ती मुलांच्या शिक्षणाकडे पूर्ण लक्ष देते. त्यांचा कल कुठे आहे, त्याला कोणता व्यवसाय योग्य ठरेल त्याविषयी ती मुलांना मार्गदर्शन करू शकते. पतीच्या व्यवसायाकडे, कुटुंबाच्या आरोग्याकडे लक्ष देते. कुटुंबाचा विकास घडवते. तिचे स्वत:चे वाचन असल्याने तिला राजकीय परिस्थितीचे भान आहे. साहित्यिक, सामाजिक उपक्रमांत ती हिरिरीने भाग घेऊ लागली आहे. कॉम्प्युटर, टंकलेखन इत्यादी गोष्टी कित्येक जणी शिकल्या आहेत. एवढेच नव्हे तर त्यांचा उपयोग करून घरच्या घरी थोडी कामे सुद्धा मिळवितात. शिक्षण असल्याने, स्त्री-संस्थांनी केलेल्या जागृतीमुळे कितीतरी स्त्रियांना आपल्या हक्कांची जाणीव होऊ लागली आहे. पुरुषांनी केलेल्या अन्यायाचा ती प्रतिकार करू लागली आहे. पूर्वीच्या काळी घटस्फोट हा शब्द सुद्धा उच्चारायला स्त्रिया धजावत नसत. आज फार हाल किंवा छळ होत असेल तर त्या घटस्फोटाचा निर्णय घेऊ लागल्या आहेत. माहेरूनही त्यांना पाठिंबा मिळू लागला आहे.

एकटीने प्रवास करणे, आर्थिक व्यवहार, घरातील व्यवस्थापन, शिक्षण यामुळे एक आत्मविश्वास तिच्या अंगी आलेला आहे. पती किंवा मुलांच्या विरुद्ध मत असेल तर आपल्या मताप्रमाणे वागण्याचे स्वातंत्र्य ती सहजतेने किंवा झगडून घेऊ लागली आहे. आपल्या मुलांवर व पतीवर प्रेम असणे व त्यांच्या उन्नतीसाठी सर्व प्रयत्न करणे हे स्त्री करीत असली तरी आता ती स्वत:चा विकासही करून घेऊ लागली आहे. स्वत:च्या कुटुंबात मुलगा-मुलगी असा भेद करू नये असा विचार अनेक स्त्रिया करतात. व्यायाम करून शरीरसौष्ठव टिकवणे आणि ब्युटी पार्लरमध्ये सौंदर्योपचार घेणेही खूप स्त्रियांना आवडू लागले आहे.

काही अतिश्रीमंत स्त्रियांची पातळी मात्र वेगळीच आहे. दारू, सिगरेटचे व्यसन, पतीचा पैसा, जुगार, खरेदी आणि किटी पार्टीवर पैसा उधळणे, स्त्री-पुरुष संबंधातील बंधन न पाळणे, खर्चिक उत्तान पोषाख करणे हे त्यांच्या आयुष्याचे विशेष! भिशी, दागिने, कपडे, चैन हाच त्यांचा स्थायी भाव झालेला दिसतो.

अशा मूठभर स्त्रिया सोडल्या तर आजच्या गृहिणी स्वावलंबी व स्वतंत्र आहेत. गिर्यारोहणापासून पोहण्यापर्यंत साहसी कामे त्या करतात. स्कूटर, मोटरसारखी वाहने सर्रास चालवितात. अनेक कामे एकट्याने पार पाडतात. स्त्रीशक्तीचा विकास ही या युगाची प्रमुख खूण आहे असेच म्हटले पाहिजे.

■

५

लग्न : वयातील अंतर

वैवाहिक जीवन यशस्वी होण्यासाठी
वयातील अंतर नव्हे तर, आंतरिक ओढ
आणि परस्पर आदरभाव असणे गरजेचे

पूर्वीच्या काळापासून परंपरेने पती वयाने मोठा असणे योग्य समजले गेले आहे. यामागे शारीरिक, सामाजिक, मानसिक कारणे कोणती असू शकतात याचा शोध घेणे मनोरंजक त्याचप्रमाणे विचार करायला लावणारे आहे. सामान्यत: पती पत्नीहून पाच ते दहा वर्षांनी मोठा असणे योग्य समजले जाते. यामागे मुलीच्या आई-वडिलांची काय धारणा असते?

- मुलगा मोठा असला की तो नोकरी-उद्योगधंद्यात स्थिरस्थावर झालेला असतो. त्याची मिळकत चांगली असते. जर पती-पत्नीला वेगळे बिऱ्हाड करायची वेळ आली तर तो आई-वडिलांवर कोणत्याही तऱ्हेने अवलंबून नसल्याने पंचाईत होत नाही. या गोष्टींमुळे संसाराचा पाया मजबूत असतो. शिवाय तो वयाने मोठा असल्याने त्याची बुद्धी परिपक्व झालेली असते आणि तो मुलीला योग्य आधार देऊ शकतो. उत्तम कुटुंबप्रमुख बनण्यासाठी तो सक्षम झालेला असतो.
- पुरुष हा तसा चिरतरुणच असतो. वयाच्या सत्तराव्या वर्षीपर्यंत तो बीज निर्मिती करीत असतो. प्रजोत्पादन करणे त्याला सहजशक्य असते. त्याच्या कामभावना शाबूत असतात. स्त्रीला मात्र मासिकपाळी बंद होण्याचा काळ आला की थकवा जाणवू लागतो. शारीरिक संबंधांची ओढ राहात नाही. मानसिकदृष्ट्याही तिला आपले तारुण्य संपले असे वाटत असते. ती निवृत्तीच्या मार्गाला लागते. अशा वेळी पती अजून तारुण्य राखून असेल तर त्याचा कोंडमारा होतो.

- शारीरिक ओढीत विसंगती निर्माण झाली की घरात चिडचिड, भांडणे वाढतात व पतीचा संसारातील रस कमी होऊन तो घराबाहेर आपल्या इच्छापूर्तीसाठी मैत्रिण शोधतो. म्हणून दोघांमध्ये आठ–दहा वर्षांचे अंतर योग्य!
- आपल्या परंपरेतच स्त्री चौदा वर्षांची व पुरुष बावीस वर्षांचा विवाहयोग्य मानला गेला आहे. परंपरा या अनुभवावर आधारलेल्या असतात. त्यांच्यामागे सार्वत्रिक सत्य असते.
- दोघे बरोबरीच्या वयाचे असतील तर चटकन भांडतात. हमरीतुमरीवर येऊन आपले तेच खरे असे म्हणू शकतात. पुरुष मोठा व अनुभवी असेल तर पत्नी योग्य त्या आदराने त्याला वागवते. त्याचा वचक सर्व कुटुंबावर असल्याने पत्नी व मुले योग्य त्या संस्कारांनी वर्तन करतात.
- मानसिकदृष्ट्या स्त्री पुरुषावर अवलंबून असते. तिला योग्य असे संरक्षण हवे असते. एक करारी, संकटाच्या वेळी मार्ग काढणारा, आधार देणारा, काळजी घेणारा पुरुष तिला हवा असतो. समवयस्क पतीमध्ये तिला असा पुरुष मिळत नाही.

आधुनिक समाजशास्त्रीय दृष्टिकोनातून ही कारणे तपासून बघताना असे दिसते की, योग्य तो कोर्स निवडून शिक्षण करता करता मुलगी मोठी झालेली असते. हल्ली मुलेही नोकरीवाली मुलगी पसंत करतात. मग तिच्याहून किती मोठा मुलगा तिने पती म्हणून स्वीकारायचा ती ज्या वयाला तिच्या व्यवसायात स्थिर होते तेव्हा मुलगाही त्या वयाला त्यांच्या व्यवसायात स्थिर झालेला असतो.

शिवाय हल्ली उच्च शिक्षण घेणाऱ्या कित्येक पुरुषांच्या पत्नी नोकरी करून त्यांना आधार देतात. कुटुंबप्रमुख बनण्यास पुरुषाइतकीच स्त्रीही सक्षम असू शकते. दोघेही बरोबर कमावून बरोबरीने, जोडीने संसार उभा करताना हल्ली सर्रास दिसतात.

कामभावना शाबूत असणे हे व्यक्तिसापेक्ष असते. पूर्वी स्त्रिया लवकर निवृत्ती स्वीकारायच्या, कारण घरात लवकर सुना यायच्या. आता स्त्रिया चाळिशीनंतर नवीन कार्यक्षम आयुष्य जाणीवपूर्वक जगताना दिसतात. त्यांनी योग्य ती काळजी घेऊन तब्येत राखलेली असते किंवा तसा त्यांनी विचार करून ती राखावी! हल्ली एक किंवा दोन मुले असण्याच्या जमान्यात स्त्री चाळिशीला अजिबात थकलेली नसते. पूर्वी मानसिकदृष्ट्या तिच्यावर असे बिंबवले जायचे की, चाळिशी उलटली की तिने निवृत्ती मार्गाला लागावे.

पूर्वी केवळ पतीचा आदर करावा आणि त्याच्या आज्ञेत राहावे असा परिपाठ होता. आता दोघेही एकमेकांचा आदर करतात. एकमेकांच्या गुणांचा विकास व्हायला उत्तेजन देतात. कुटुंब नीट एकोप्याने नांदत असेल तर एकमेकांच्या दुःखाच्या वेळी, संकटांच्या वेळी खंबीरपणे एकमेकांना साथ देतात. एकट्या पुरुषाने आपल्या खांद्यावर संसाराचा रथ ओढावा आणि स्त्रीने नळ्याप्रमाणे मागून चालावे ही धारणा रद्दबातल झालेली आहे.

भांडणं ही समान वयामुळे होत नसून भिन्न स्वभाव व भिन्न आवडीनिवडींमुळे किंवा कुणी एक जोडीदार हेकट, चिडखोर, संतापी, कुरकुऱ्या असण्यामुळे होत असतात. तेव्हा पुरुष वयाने मोठा असल्यास भांडणे होणार नाहीत हा समज चुकीचा आहे.

खरं तर स्त्री विवाहात अगदी कमी वयाची असेल तर ती शारीरिकदृष्ट्या पूर्ण विकसित झालेली नसते. तिला शरीर संबंधांबाबत नीट आकलन झालेले नसते. संसाराच्या गंभीरतेची तिला जाणीव नसते. बौद्धिकदृष्ट्या ती पतीपेक्षा मागेच असते अशा परिस्थितीत दोघांमध्ये मैत्री किंवा सहचर्याचा भाव विकसित न होता ती पतीची भीती बाळगते. शारीरिक संबंधाच्या तक्रारीबाबत तोंडाला कुलूप घालते. तिच्यात न्यूनगंड निर्माण होऊन 'पती असमाधानी राहिला तर' या विचाराने ती सदोदित भयभीत होऊन वावरते. थोडक्यात अशा परिस्थितीत पुरुष खरा समाधानी होऊ शकत नाही; पण त्या स्त्रीवर त्याची पूर्ण सत्ता व दरारा मात्र स्थापित होतो. परंपरेने चालत आलेल्या पुरुषप्रधान कुटुंब व्यवस्थेला हीच गोष्ट अभिप्रेत आहे.

स्त्री पुरुषापेक्षा बरीच लहान असली की शिक्षण व अनुभवाने ती मागेच पडलेली असते, मग तो तिच्याहून स्वत:चा वरचढपणा सहज सिद्ध करू शकतो.

खरं तर स्त्री व पुरुष ही संसाररथाची दोन चाकं मानली गेलेली आहेत. त्यातले एक चाक नेहमी कमजोर व अधू ठेवण्यात कुटुंबव्यवस्थेचे नुकसानच आहे. प्रौढ व सुशिक्षित स्त्री भांडणे कमी करते. तर्कबुद्धीने वागण्याचा तिचा कल असतो. केवळ आसपासच्या बायकांशी चढओढ न करता मला, माझ्या संसाराला काय आवश्यक आहे, माझ्या अग्रक्रमी गरजा कोणत्या आहेत त्याचा ती विचार करू शकते.

स्त्री व पुरुष यांची आयुमर्यादा जीवशास्त्रीयदृष्टच्या जवळजवळ सारखीच असते. किंबहुना स्त्रीची आयुमर्यादा पुरुषापेक्षा किंचित जास्तच असते. गर्भसंभवाची जबाबदारी तिच्यावर असल्याने जीवशास्त्रीयदृष्ट्या निसर्गाने तिला चिवटपणा बहाल केलेला आहे. अशा परिस्थितीत अपरिहार्यपणे पुरुष मोठा असेल तर त्याचे निधन आधी

होते. मग तिने त्याच्या मागे अश्रू ढाळावे, त्याच्या आठवणीत उरलेले आयुष्य व्यतीत करावे, त्याची आठवण जितीजागती ठेवावी, ही पुरुषप्रधान समाजाची अपेक्षा असते. यामागे आणखी एक सत्य मात्र आहे. स्त्री समर्थपणे एकटेपणा पेलू शकते. मुला-बाळांच्या संसारात सामावून जाऊ शकते. पुरुष मात्र त्या मानाने पत्नीशिवाय असहाय्य होतो. त्याला फार एकाकीपणा वाटतो. स्त्रीप्रमाणे मुलांच्या संसारात तो समरस होऊ शकत नाही.

या वयांमध्ये अंतर राखण्याच्या दृष्टिकोनात पुरुषाची सोय आणि पुरुषाची निरंतर हुकूमत एवढा एकमेव दृष्टिकोन प्रतिबिंबित झालेला आढळतो. त्याभोवतीच कुटुंबरचना व क्रमाने समाजरचना घडवलेली असते.

हल्ली या सर्वांचा विचार करून लग्नाचा विचार करताना मुला-मुलींच्या वयातील अंतर कमी कमी ठेवण्याकडे कल होऊ लागला आहे. कित्येकदा स्त्री वयाने मोठी असेल तरी आश्चर्याने भुवया फारशा उंच होत नाहीत. कायद्याची पण एक त्रुटी आहेच. मतदार म्हणून १८ वर्षांचा मुलगा व १८ वर्षांची मुलगी प्रौढ मतदानास पात्र समजली जाते. पण कायद्याने लग्न करताना मुलगी १८ वर्षांची प्रौढ तर मुलगा २१ वर्षांचा प्रौढ मानला गेला आहे. दोघांचे कमीत कमी वयात लग्न करायचे तर पुरुष स्त्रीहून तीन वर्षांनी मोठा हवा असा हा संकेत आहे.

हा सर्व विचार करीत असताना अमेरिकेत मात्र आपल्याहून वयाने बऱ्याच मोठ्या असलेल्या, अगदी वीस-पंचवीस वर्षांनी मोठ्या पुरुषाशी लग्न करण्याची लाट आली होती. मुलींच्या म्हणण्याप्रमाणे असे पुरुष स्थिर बुद्धीचे असून घटस्फोट घ्यावा किंवा इतर मुलींशी प्रकरणे करावी असा विचार ते सहसा करीत नाहीत. त्यामुळे संसार स्थिर असतो व पत्नी मानसिकदृष्ट्या स्वत:ला सुरक्षित समजू शकते. प्रत्येक वेळी घटस्फोट वा पतीच्या लफड्याची टांगती तलवार तिच्या मस्तकावर राहात नाही.

वयाने मोठे पुरुष खूप परिपक्व बुद्धीचे असल्याने केवळ शारीरिक आकर्षण एवढाच विवाहाचा पाया नसतो. शिवाय वडिलांकडे मिळणारा उबदारपणा, सुरक्षितता व मित्रभाव त्यांच्याकडे मिळू शकतो.

कुटुंबव्यवस्था डळमळीत झालेल्या पाश्चात्त्य जगात स्त्री नेहमी याच भीतीखाली जगत असते की, आपण आता आकर्षक राहिलो नाही तर नवरा सोडून जाईल. सुरक्षित व सुखी संसारासाठी स्थिर कुटुंब व्यवस्थेसाठी तिकडे चक्रं उलटी फिरत आहेत. एवढेच त्यातील तथ्य!

■

६

करिअर – कसरत आणि ताणतणाव

स्त्री सक्षमीकरणाच्या सुकर मार्गासाठी
जाणली पाहिजे उत्कर्ष प्रवासाची घालमेल

समाजातील आपलं स्थान प्राप्त करून घेण्यासाठी स्त्रियांनी लढा दिला. अजूनही देत आहेत. त्याची काही चांगली फळं दिसू लागली. कर्तृत्वांचे नवे धुमारे स्त्रीच्या व्यक्तित्वाला फुटू लागले. नक्षत्रांच्या पुढचे लोक तिला खुणावू लागले. स्त्री कर्तृत्वाचा सोनेरी बहर समाजवृक्षावर तुरळकपणे का होईना उठून दिसू लागला, पण या सोनेरी फुलोऱ्याच्या मागचे काटे मात्र ज्यांना खुपू लागले, त्यांनाच त्याची जाणीव होऊ लागली. त्या काट्यांची जाणीव सगळ्यानांच व्हायला हवी. काटे एकदम नाहीसे होणार नाहीत कारण परिवर्तन अतिशय संथ गतीने होत असतं. पण काट्यांची जाणीव तरी सुजाण व्यक्तींना व्हायला हवी. काटेरीपण बोथट व्हावं असे प्रयत्न सगळीकडून व्हायला हवेत.

एखाद्या विवक्षित व्यक्तीच्या संदर्भात निर्माण झालेल्या समस्या समजावून घेता घेता या प्रश्नाची चाहूल लागू शकते. अशीच चाहूल मला लागली ती मंजिरीशी बोलताना. मंजिरी सुंदर, बुद्धिमान मुलगी. तिच्या माहेरी मुलगा-मुलगी असा भेद नसल्यानं तिला उत्तम शिक्षण मिळालं. आई-वडिलांनी शिस्त लावली आणि कर्तृत्वही फुलवलं. मंजिरी एम.एस्सी. झाल्यानंतर एका कंपनीत नोकरीला लागली. त्या आधीपासून तिनं कॉम्प्युटरचे वेगवेगळे कोर्सेस करायला सुरुवात केली होती. नोकरी करता करता एका महाविद्यालयात तिला संध्याकाळच्या एम.बी.ए.च्या डिग्री कोर्सला ॲडमिशन मिळाली. सकाळी साडेसातला घर सोडणारी मंजिरी रात्री नऊ वाजता घरी येऊ लागली. आई सकाळी उठून तिला दोन डबे करून देई. मंजिरीचं हिंडणं, फिरणं,

सिनेमा, शॉपिंग सगळं बंद झालं. मंजिरी सतत कामात असायची. पण तिला तिच्या आई-वडिलांची, भावंडांची भक्कम साथ असे. तिच्या नोटसचे प्रिंट आऊट, इतर काही लिखाणाची कामं भावंडं करीत. घरात तिच्यासाठी सगळ्या गोष्टी तयार असत. त्यामुळे मंजिरीला काही अडचण नव्हती. आपण आपल्या महत्त्वाकांक्षेच्या पूर्णत्वासाठी कष्ट करीत असल्याचा आनंद मंजिरी अनुभवत होती. एम.बी.ए.चं पहिलं वर्ष पार पडलं. दुसरं अर्ध-अधिक ओलांडलेलं असताना मंजिरीला लग्नाची मागणी आली. एका नातेवाईकाच्या लग्नात रविकिरणनं तिला पाहिलं. तिच्याशी बोलला. तिची बुद्धी, तिची महत्त्वाकांक्षा, कष्टाळू वृत्ती सगळं त्याला फार आवडलं. नंतर त्यानं तिच्या ऑफिसमध्ये तिची एक-दोनदा गाठ घेतली. एकदा तिला ऑफिसमधून कॉलेजमध्ये आपल्या गाडीनं सोडलं. तिचा स्मार्टनेस, निर्णयक्षमता सारं त्याला फार आवडलं. आपल्या घरी तो या संदर्भात बोलला. त्याच्या आई-वडिलांनी मंजिरीच्या कुटुंबाबद्दल माहिती काढली आणि मग रविकिरणनं एका भेटीतच मंजिरीला मागणी घातली. तिलाही तो आवडला होता. पण तिनं स्पष्ट सांगितलं की तिचा तीन एक वर्षांचा काळ अगदी बंदिस्त आहे. ऑफिसमध्ये एम.बी.ए. नंतर तिला बरीच वरची पोस्ट मिळणार आहे. त्यात थोडं स्थिरस्थावर झाल्याखेरीज प्रपंचाच्या कोणत्याच जबाबदाऱ्या तिला पार पाडता येणार नाहीत. तेव्हा सध्या तरी लग्नाचा विचार बाजूला ठेवला आहे.

पण रविकिरण म्हणाला, ''आमच्या घरात सगळ्या कामांना नोकर-चाकर आहेत. तुला यायला-जायला गाडी मिळेल. तुझ्या कामात काही अडथळा येणार नाही. आपण लग्न करू या.'' शेवटी दोन्ही कुटुंबे भेटली. मंजिरीच्या आई-वडिलांना रविकिरणचं स्थळ फार आवडलं. श्रीमंत, सुशिक्षित कुटुंब, घर, गाडी, नोकर-चाकर, दागदागिने कशालाच कमतरता नव्हती. त्यांनीही मंजिरीला आग्रह केला आणि रवी, मंजिरीचं लग्न धूमधडाक्यात पार पडलं. लग्नानंतर पंधरा दिवसांची ऑफिसमधली रजा, कॉलेजला दांडी या सगळ्यासाठी मंजिरीनं आधी दीड महिना खूप मेहनत घेतली. त्यामुळे तिला पुढले पंधरा दिवस मोकळे मिळाले. रवी-मंजिरी युरोपच्या हनीमूनहून परतले. मंजिरीचं ऑफिस, कॉलेज सुरू झालं. महिन्याभरात रवीची थोडी कुरकूर सुरू झाली. त्याच म्हणणं असे, ''तू दोन्ही गोष्टींनी खूप दमून जातेस. एम.बी.ए. तरी कर नाही तर नोकरी तरी कर. दोघांनी एकत्र मजा करायचं हेच वय आहे. हा काळ आपण वाया घालवतो आहोत.''

मंजिरीनं त्याला एकच प्रश्न केला, ''रवी, माझ्या जागी तू असतास तर तू दोहोंपैकी एखादी गोष्ट सोडली असतीस?''

''पुरुषांची गोष्ट वेगळी. त्यानं महत्त्वाकांक्षा पुरी करायलाच हवी. त्यावरून त्याचं समाजातलं स्थान ठरतं. बाईचं तसं नसतं. तिनं नवऱ्याला साथ द्यावी, संसार फुलवावा.'' हे असं सगळं रवी त्यावेळी बोलला नाही. पण घरातले इतर लोक मंजिरीला हे वेळी-अवेळी ऐकवू लागले. रवीच्या वागण्यातला ओलावाही ओसरू लागल्याचं मंजिरीला

जाणवू लागलं. सगळ्या घरातली नापसंती शब्दात प्रकट झाली नाही तरी वागणुकीतून दिसू लागली. माहेरच्या घरी पाठिंबा, कौतुक, प्रोत्साहन असे. त्यामुळे सगळे कष्ट पार पाडताना मंजिरीला काहीच वाटत नसे. इथे वागण्यातला तुटकपणा, नापसंती सतत जाणवत राहिल्यानं मंजिरीच्या कामावर परिणाम होऊ लागला. मनावरचा ताण वाढू लागला.

एक दिवस तिला सासूबाई म्हणाल्या, ''मंजिरी, आज संध्याकाळी मी काही स्नेही मंडळींना बोलावलं आहे. त्यांना तुला भेटायचं आहे. छोटीशी पार्टी आहे. तेव्हा तू आज ऑफिसमधून थोडी लवकर घरी ये आणि कॉलेजमध्ये जाऊ नकोस. साडी कोणती नेसायची ते ठरव म्हणजे मी इस्त्री करवून घेईन.''

मंजिरी एकदम आश्चर्यचकितच झाली. ती मार्दवानं म्हणाली, '' आई, प्लीज आजचा बेत रविवारी पोस्टपोन करून घ्या न! आज आमच्या कॉलेजमध्ये प्रेझेंटेशन आहे. मी ग्रुप लीडर आहे. आज मला कसं शक्य आहे?''

त्या म्हणाल्या, ''आता सगळ्यांना कुठे फोन करणार? मोठ्या मुष्किलीनं सगळ्यांना सोयीचा दिवस मिळाला आहे. तूच बघ, काही तरी कर. मनात आणलं की सगळं शक्य होतं!''

मंजिरी म्हणाली, ''आई, ऑफिसमधून लवकर येऊन थोडा वेळ पार्टी अटेंड करून कॉलेजला थोडी उशिरा जाईन. पण कॉलेज बुडवणं शक्य होणार नाही.''

त्या प्रसंगानंतर सासूबाई, सासरे, रवी सगळेच नाराज झाले. मंजिरीच्या मनात आलं, मला न विचारता यांनी कार्यक्रम का ठरवला? मला गृहीत का धरलं? तिला हे स्पष्ट बोलता येत नव्हतं. हे असे प्रसंग वारंवार घडू लागले. तिच्या मनावरचा ताण वाढत होता. ऑफिसच्या कामात चुका होत होत्या. चेहरा काळवंडला होता. राहणं गबाळं होत चाललं होतं. प्रत्येक रविवारी वेगवेगळा कार्यक्रम असे. हळदीकुंकू, वटपूजा, सत्यनारायण, सणवार वगैरे सगळं यथासांग व्हायला हवं या सासू-सासऱ्यांच्या अट्टहासापायी मंजिरीचे फार हाल होत होते. ''तुला शिकायची हौस आहे तर तुझं तू निभाव.'' असा रवीचा पवित्रा होता. मंजिरीला एकहीरविवार आराम करायला मिळत नव्हता. अभ्यास होत नव्हता.

शेवटी ती आजारी पडली. आईनं तिला माहेरी आणलं. वातावरण बदललं. विश्रांती मिळाली पण आपण आपलं ध्येय गाठू शकणार की नाही या विचारांचा ताण मंजिरी मनावर वागवते आहे. तिच्या मनातली निराशा हळूहळू वाढते आहे. मंजिरी हे सगळं माझ्याजवळ बोलली, रडली. तेव्हापुरतं तिला मोकळं वाटलं, पण तिची समस्या कायम आहे. मनावर ताण वागवत, थोडं भांडत, उद्धटपणाचा शिक्का मारून घेत तिला महत्त्वाकांक्षा पुरी करावी लागेल. यात मनावर किती घाव बसतील, किती शक्ती खर्ची पडेल त्याचा नेम नाही. संसारी स्त्रीची भूमिका काय असावी त्याबद्दलची चौकट फारशी रुंदावलेली नाही तोपर्यंत विवाहित स्त्रीला महत्त्वाकांक्षा पूर्ण करताना ताण सहन करत, विरोध सोसत पुढे जावे लागणार आहे. 'गृहिणीच्या रोल मॉडेल' पासून ती जितकी दूर जाईल तितका विरोध वाढत जाईल. किती मंजिरी अशा ताणांचा मुकाबला करीत कष्टानं ध्येय गाठतात आणि किती वाटेत मोडून पडतात त्याचा अंदाज येणं कठीण आहे.

दक्षाची परिस्थिती आणखी वेगळी आहे. ती ऑफिसमध्ये स्थिरावल्यानंतर तिनं लग्न केलं. कंपनीत ती वर चढत असताना तीन वर्षे तरी मूल नको ही गोष्ट तिनं भावी नवऱ्याला लग्नाआधी सांगितली. त्याला त्याच्या घरीही याची कल्पना द्यायला सांगितली आणि मगच लग्न केलं. लग्नाला आठ-नऊ महिने झाले असतानाच दक्षाला दिवस गेले. गर्भनिरोधक गोळ्या घेण्याची जबाबदारी दक्षाची होती. नवऱ्यानं काहीही साधनं वापरायला नकार दिला होता. त्यामुळे तो म्हणाला, ''ही तुझीच चूक आहे.'' दक्षानं गर्भपात करून घ्यायचं ठरवल्यावर घरात एकच गदारोळ उडाला. सासू म्हणाली, ''तू मुलाला फक्त जन्म दे. त्याचं सर्व काही मी करीन, पण देवदयेनं ओटी पडलेलं फळ तोडून फेकू नकोस.'' सासऱ्यांना त्याच सुमारास हाय ब्लडप्रेशरची व्याधी जडली. ते म्हणू लागले, ''मला नातवंडाचं सुख लाभू दे. तुझी ती नोकरी नको नि त्यातले पैसेही नकोत. त्या पैशासाठी तू पोटातला गर्भ खुडण्याचा दुष्टपणा करू नकोस.''

''आपण नोकरी करतो ती पैशांसाठी नाही. त्यातून वेगळं समाधान मिळतं. शिवाय पैसे का नकोत? आर्थिकदृष्ट्या आपण कुणावर अवलंबून नसणं प्रत्येक माणसाला गरजेचं वाटतं. स्त्री हीसुद्धा माणूसच असते. आता मॅनेजर होण्याची संधी आहे. त्याकरता कॉम्प्युटरचा एक लहान कोर्स, मेन ब्रँचमध्ये ट्रेनिंग या सगळ्याची आवश्यकता भासेल. मी ही संधी घेतली नाही तर इतर माणसं टपलेली आहेतच. मूल पुढेही होईल. मी अजून तरुण आहे. निरोगी आहे आणि दोन-तीन वर्षे मूल नको असं मी आधीच सांगितलं होतं.''

हे सगळं दक्षानं वेगवेगळ्या प्रकारानं समजावून पाहिलं. पण सासू-सासऱ्यांचा दबाव वाढत होता. इतर नातेवाईक सतत दक्षाला म्हणून लागले, ''उशिरा मूल होण्यानं सगळाच त्रास होतो. देवानं दिलेलं हे दान परतवू नकोस. गर्भपाताची गर्भाशयाला सवय लागली तर गर्भ टिकत नाही.'' दक्षाचे आई-वडिलही म्हणू लागले, ''दक्षा बेटा,

आता उगीच गर्भपात करू नको. तू मुलाला जन्म दे. आम्ही त्याचं सर्व बघू.''

दक्षाला वाटत होतं, हे मूल होऊ द्यावं की नाही, त्याला नऊ महिने पोसून त्याची पूर्ण जबाबदारी घ्यावी की नाही, हा निर्णय माझा असावा. तो एवढा सार्वजनिक का होतो आहे? इतर माणसं का सल्ले देताहेत? मूल जन्मल्यावर त्याची पूर्ण जबाबदारी आई-वडील हयात असताना कोण किती घेईल? रडणारं, आजारी, किरकिरं मूल कोण सांभाळेल? माझी मग किती ओढाताण होईल? कदाचित दोन वर्षे फॉरेनला जाण्याचा चान्स आहे. तो तर हुकेलच! इतर पुरुष सहकारी आधीच माझ्यावर राग धरून आहेत. त्यांच्यापेक्षा खूप जास्त कष्ट करून मी माझी गुणवत्ता सिद्ध केली आहे. आता त्या कष्टाचं फळ मिळायची वेळ आली असताना या एका निर्णयानं त्या कष्टांवर पाणी फिरेल. पुरुषाचं वर्चस्व असणाऱ्या कॉर्पोरेट सेक्टरमध्ये वरच्या पदाकरता केवढी स्पर्धा असते आणि त्या पदापर्यंत पोचायला एका बाईला पुरुषाच्या तिप्पट कष्ट कसे करावे लागतात ते यांना कसं समजणार?

दक्षाच्या मनावरचा ताण वाढत होता. नवऱ्यालाही वाटतं होतं की तिनं गर्भपात करून घेऊ नये. आधी दक्षाची अट मान्य केली असल्याने तो गप्प होता. पण तो दक्षाला पाठिंबा देत नव्हता. वाईटपणा पत्करून खंबीरपणे तिनं गर्भपात करवून घेतला तर घरातली सारी मंडळी दुखावली जाणार. घरातलं वातावरण बिघडणार. त्यातून मन:स्वास्थ्यावर परिणाम होणार. मूल होऊ दिलं तर सगळ्या पूर्वकष्टांवर पाणी फिरणार. वरच्या पदांची संधी कदाचित हुकणार. बायकांच्या या अशाच अडचणी असतात. त्यांना वरची पदे शक्यतो देऊ नये या मतावर शिक्कामोर्तब होणार, अशा कात्रीत दक्षा सापडली. इथेही परत एक सामाजिक संकेत तिच्या मार्गात उभा आहे. आदर्श स्त्रीचं 'रोल मॉडेल' ठरलेलं असतं. त्यात लग्न झाल्यावर स्त्रीनं झटपट मुलांना जन्म द्यावा, म्हणजे तिचं स्त्रीत्व सफल होतं. त्या मुलांना तिनं नीट घडवण्या-वाढवण्याकडे लक्ष द्यावं. तीच तिची महत्त्वाची भूमिका असावी. नोकरी वगैरे आपली संसाराला हातभार लावण्यापुरती करावी असं अजूनही बहुसंख्य लोकांना वाटतं. त्यामुळे स्त्रीच्या करिअरचा प्रश्न दुय्यम असतो. अशा परिस्थितीत आपली बुद्धी कसाला लावणाऱ्या, करिअरमध्ये काही प्राप्त करू पाहणाऱ्या स्त्रीच्या मनावर खूप ताण येतो. तिच्या मनावर लहानपणापासून मातृत्वाच्या उदात्ततेचे, आनंदाचे आणि मातृत्व म्हणजे सर्वस्व असल्याचे संस्कार झालेलेच असतात. त्यांची टोचणी तिच्या मनाला लागलेली असते. असे आतून-बाहेरून सगळीकडून ताण वाढत जातात. या समस्येचं निराकरण करताना कित्येक स्त्रियांना स्वत:शीसुद्धा लढावं लागतं.

आणखी एका वेगळ्या प्रकारच्या कामाचे ताण आधुनिक स्त्रीला सहन करावे लागतात. हे श्वेताशी बोलताना नव्यानं समजलं. श्वेताचं लग्न मोहितशी ठरलं. तेव्हा तिच्या घरच्यांना फार आनंद झाला. मोहित एकुलता एक असला तरी त्याच्या आई-

वडिलांनी त्यांच्यासाठी वेगळा फ्लॅट घेऊन ठेवला होता. सीमाताई–तिच्या सासूबाई–एका समाजसेवी संस्थेत काम करीत असत. वसंतराव–तिचे सासरे–एका कंपनीत मोठ्या हुद्द्यावर होते. दोघं आपापल्या व्यापात गर्क असत. सीमाताई म्हणाल्या, ‘‘पहिल्यापासून आपापला वेगळा संसार सुरू केला की नात्यांवर ताण पडत नाहीत. आपसात गोडी राहते.’’

श्वेता ज्वेलरी डिझायनिंगच्या क्षेत्रात होती. काम खूप आव्हानात्मक होतं. त्यात स्पर्धाही होती. कधी–कधी प्रदर्शनांच्या निमित्ताने परदेशीसुद्धा जावं लागे. मोहित एका टेलिव्हिजन नेटवर्कमध्ये आर्ट डायरेक्टर होता. दोघं कामात खूप व्यस्त असत. श्वेताला घरातलं काही जमण्यासारखं नव्हतं म्हणून तिच्या आईनं आपल्याकडच्या विश्वासू बाईला श्वेताकडे पाठवलं. घरकामाला श्वेतानं एक–दोन बायका ठेवून घेतल्यानं श्वेताचं बस्तान चांगलं बसलं. तिच्या संसाराचं गाडं रुळावर आलं आणि सीमाताई आजारी पडल्या. त्यांचं औषधपाणी, चेकअप, डॉक्टरांच्या वाऱ्या आणि त्यांच्या घरी दोन्ही वेळा जेवण पाठवणं ही सारी कामं श्वेताच्या अंगावर पडली. सीमाताईंना कुणाचं काम पसंत नसल्याने त्यांच्याकडे कामाला राहायला माणसं राजी नसत. श्वेताला कामं सांभाळून वाऱ्या कराव्या लागत. मोहितनं ते काम खुशाल तिच्यावर लोटून दिलं. श्वेतानं सीमाताईना म्हटलं, ‘‘ही दोन बिऱ्हाडं ठेवण्याऐवजी आपण जवळजवळ दोन मोठे फ्लॅट घेऊ या. दोघींच्या सोयीनं आपल्याला अनेक गोष्टी करता येतील, तुमचं दुखलं–खुपलं आम्हाला बघता येईल. घरात एकत्रितपणे अनेक गोष्टी करता येतील. त्यामुळे पैशांची बचत होईल.’’ सीमाताई म्हणाल्या, ‘‘नको, स्वतंत्रपणे बरं असतं. आम्ही कधी कुणावर अवलंबून राहिलो नाही. एकत्र राहिलं की तसा फील येईल आणि उगीच भांड्याला भांडं लागून मतभिन्नता वाढत जाईल. असं वेगळं असलं की तुझं तू करायला मोकळी, माझं मी करायला मोकळी.’’

पण असं म्हणता म्हणता सीमाताईंकडची खूपशी जबाबदारी श्वेतावर येऊ लागली. त्या तशा लांब राहत असल्यानं श्वेताची ओढाताण होऊ लागली. त्या कधी चार दिवस शिबिराला जात, कधी ट्रिपला! त्यावेळी त्यांच्या घराची जबाबदारी, वसंतरावांचं जेवणखाणं, औषध श्वेताला बघावं लागे. मोहितला या सगळ्याशी जणू काहीच देणं घेणं नव्हतं, असा तो हात झटकून मोकळा होई. घरातले बँकांचे व्यवहार, खरेदी, लोकांकडील आमंत्रणं आली की प्रेझेंटसची खरेदी असं श्वेताच्या अंगावर येई. तिच्या घरी काम करणाऱ्या बायका सीमाताईंकडे जायला राजी नसत कारण सीमाताईंना कुणाचं काम पटत नसे. श्वेता प्रचंड थकून जाऊ लागली. तिची चिडचिड होई. त्यातून मोहितच्या कामाची वेळ ठराविक नव्हती. त्यामुळे त्याची केव्हा गाठ पडे–केव्हा पडत नसे. श्वेताच्या मनावर या सगळ्याचा खूप ताण आला.

एकीकडे आधुनिक दृष्टिकोन म्हणून मुलांना पहिल्यापासून बिऱ्हाड वेगळं करून

द्यायचं आणि दुसरीकडे आपलं वय झालं म्हणून आपल्या सगळ्या कामांना सुनेनं मदत करायला धावावं अशी अपेक्षा करायची, असं हे परस्परविरोधी वागणं असतं. सुनेला प्रत्यक्ष सांगायचं नाही पण अप्रत्यक्षपणे अपेक्षा व्यक्त करायची. शिवाय आसपासचा समाज, नातेवाईक मंडळी यांचीही तशीच अपेक्षा असल्याने त्या सुनेच्या आपलं करिअर नीट घडवण्याच्या कामात अडथळे येतात, याची त्यांना जाण नसते. ती मुलगी मात्र आपली 'अपेक्षित कर्तव्ये' आणि आपली महत्त्वाकांक्षा यांच्यापैकी काहीच सोडू शकत नसल्याने तिच्यावर प्रचंड ताण येतो.

अलीकडे नव्या मुलींच्या मनावर आणखी एक सार्वत्रिक ताण जाणवतो तो मुलांच्या शिक्षणाचा आणि करिअरचा! आपलं करिअर घडवत असतानाच मुलाचा जन्म होतो. मुलगा असो किंवा मुलगी त्यात हल्लीची पिढी विशेष फरक करत नाही. निदान सुशिक्षित, उच्चवर्गीय सुसंस्कृत, कुटुंबामध्ये मुलगाच पाहिजे असा हट्ट नसतो. पण एक मूल झाल्यावर कुटुंब आणखी वाढवणं शक्य नसतं. त्यामुळे एका मुलावरच सगळं लक्ष केंद्रित होतं. आपल्या इच्छा त्याच्याकडून पूर्ण व्हाव्यात अशी आशा सुप्त मनात अंकुरित होते. मुलाला आपण पुरेसा वेळ देऊ शकत नसल्याची खंत असते. आपल्याला जे मिळालं नाही ते मुलाला मिळायला हवं असा अट्टाहास असतो. कसंही करून आपलं मूल सुप्रतिष्ठित अशी करिअर घडवेल अशा तऱ्हेने प्रयत्न जिवापाड चाललेले असतात. घरी गृहिणी म्हणून वावरणाऱ्या माता जे काही आपल्या मुलांकरता करतात ते आपणही करू शकतो हे सिद्ध करण्याची एकसारखी धडपड असते. शिवाय आपली नोकरी, करिअर सांभाळून, कौटुंबिक, सामाजिक जबाबदाऱ्या पार पाडायच्या असल्याने या नव्या मुलींना उसंत नसते. दमणूक आणि थकवा दुर्लक्षित करून त्या आयुष्याच्या मार्गावरून धावत असतात. परिस्थितीचं हे जे सगळं धगधगीत रसायन असतं त्यातून अनेक गुंतागुंती उद्‌भवतात. मुलं चिडचिडी होतात. हट्टी होतात. इतर माणसांशी कमी संबंध येत असल्याने सगळं काही आपल्याला हवं असा स्वार्थ त्यांच्या मनात रुजतो. शेअरिंग... इतरांना सहभागी करून घेणं ही संकल्पना त्यांच्या मनात उद्‌भवतच नाही. आईचं मुलाच्या खाण्याकडे, अभ्यासाकडे नको इतकं लक्ष असतं. त्याला वेगवेगळ्या क्लासेसमध्ये घालून त्याचा वेळ अगदी बंदिस्त करून त्याचा व्यक्तिमत्त्वविकास व्हावा अशी इच्छा असते. या परिस्थितीत काहीच साधत नाही. मुलाशी बोलणं होतं ते शाळेबद्दलं, अभ्यासाबद्दल, इतर ॲक्टिव्हिटीजबद्दल. त्याच्याशी खरा संवाद साधला जात नाही. मुलाची बौद्धिक पातळी स्वीकारण्याची तयार नसते. मग मुलावर दोषारोप होतात. तुझ्याकरता इतकं इतकं केलं पण काय उपयोग झाला? असा आईचा दृष्टिकोन असला की मुलाच्या मनात गंड उद्‌भवतात. त्यामुळे या नवीन कुटुंबामधून समस्याग्रस्त मुलांचं प्रमाण वाढलं आहे. एका संस्थेच्या चाईल्ड पेरेन्ट गाईडन्स सेंटरची कार्यवाह म्हणून काम करताना समस्याग्रस्त मुलांचा प्रतिवर्षी वाढत असलेला आलेख नजरेसमोर

उभा राहतो. त्याचवेळी लक्षात येतं की, त्या परिस्थितीचा परिणाम आईवर खूप जास्त होतो. मुलाच्या समस्यांनी ती भांबावलेली असते. आपलं काय चुकलं ते कळत नसतं. आपण उरी फुटून सगळ्यांचं सगळं करत आलो त्याचं हे फळ मिळालं म्हणून वैफल्य आलेलं असतं. मुलांच्या अपेक्षा खूप वाढलेल्या असतात. त्यांना वाटतं एवढं तेवढं आईनं आपल्यासाठी करायलाच हवं. त्याचे कपडे, वाढदिवस, ट्रिप्स, शिबिरं, टॉनिक्स, खेळ सगळ्याचा खर्च वाढत असतो. शिवाय उच्चशिक्षण खूप महाग असतं. यासाठी नोकरी आवश्यक असतेच. शिवाय आपलं आर्थिक स्वावलंबन या मुलींना सोडायचं नसतं. यामुळेच समस्याग्रस्त मुलांच्या आईवर्गाचं समुपदेशन करणं आवश्यक होत चाललेलं आहे. मुलांना वाढविताना या मुलींना कोणकोणत्या अडचणी येतात, त्याचा केवढा ताण त्यांच्या मनावर असतो त्याचं दर्शन समुपदेशकाला लख्खपणे होत असतं.

आधुनिक स्त्रीला अनेक दालनं उघडी झाली. आपल्या बुद्धीच्या आणि कष्टांच्या जोरावर ती उच्चपदे भूषवू लागली. पण तिच्या कामाच्या ठिकाणी तिच्या मनावर ताण येण्याजोगे अनेक घटक निर्माण झाले. स्त्री अधिकाऱ्याबद्दल वाटणारा मत्सर आणि हेवा हाताखाली काम करणाऱ्या पुरुषांच्या मनात पुष्कळदा नकळता उद्भवतो. त्यामुळे तिला सहकार्य न करता अडवणूक करणं, तिच्याबद्दल अफवा पसरवणं, तिला मिळालेलं पद हे तिनं वरच्या बॉसशी वेगळी सलगी करून मिळविल्याची चर्चा करून तिचं चारित्र्यहनन करणं, तिच्या घरी निनावी पत्रे पाठविणं, तिच्याशी उर्मटपणे वागणं, कॉम्प्युटरवर अश्लील मजकूर मुद्दाम तिच्यादेखत बघणं, कॉम्प्युटरचा गैरउपयोग. अशा अनेक गोष्टींना स्त्री अधिकाऱ्यांना तोंड द्यावं लागतं आणि तरीही परिस्थितीशी जमवून घेत याच सहकाऱ्यांकडून काम करवून घेण्याची तारेवरची कसरत करावी लागते.

पुष्कळदा करिअरमध्ये बरोबर काम करणारा सहकारी नवऱ्यापेक्षा जास्त वेळ जवळ असतो. तो वेगवेगळ्या वेळी मदत करतो. ऑफिसातली सुख-दुःखे वाटून घेतो. त्यांच्यासंबंधी अधिक स्नेह वाटू लागला की, आपण नवऱ्याला फसवत असल्याचा अपराधगंड स्त्रीच्या मनात उद्भवतो. या 'चांगल्या' सहकाऱ्याशी मैत्री करावीशी वाटते, पण पाय मागे ओढतो.

या आणि अशा अनेक ताणतणावांना न जुमानता स्त्रिया आपला उत्कर्ष करून घेत आहेत. त्यांचं यश, त्यांचा अनेक क्षेत्रांतला पराक्रम, त्यांची तडफ, त्यांचा विकास, समाजात त्यांनी मिळवलेलं स्थान या सगळ्यांचा झळाळता मुकुट त्यांच्यासमोर डोक्यावर चढलेला आजघटकेला दिसतो खरा पण त्या मुकुटातले काटे जाणून घेऊन निदान त्यांची धार बोथट करण्याचं काम आपण करायला हवं. तरच स्त्री सक्षमीकरणाचा मार्ग सुकर आणि सुखद होईल.

(या लेखातील व्यक्तींची मूळ नावे बदललेली आहेत.)

■

७

माझ्या घरात मी स्वतंत्र

नात्याला पीळ न पडता ते सुळसुळीत
रेशीम लडीसारखे सुखावह व्हावे म्हणून...

मुंबईच्या उपनगरांमध्ये अत्रे कट्ट्याच्या कार्यक्रमांनी चांगलचं मूळ धरलंय. महिन्यातल्या एका ठराविक वारी संध्याकाळी एखाद्या बागेत हाईड पार्कच्या धर्तीवर लोकांना आपले विचार मांडायला मुक्त व्यासपीठ उपलब्ध असतं. कधी एखादा वक्ता असतो, विषय असतो. वक्त्यानं विषय मांडला की इतर श्रोते त्याच्यावर आपापली निरीक्षणे आणि मते नोंदवितात.

पुष्कळसे ज्येष्ठ नागरिक कट्ट्यावर हजेरी लावत असतात आणि त्यांची निरीक्षणे विचार करायला लावणारी असतात.

स्त्री-मुक्तीचा विषय बहुतेक वेळा अटीतटीचा आणि वादविवादाचा ठरतो. जागतिक महिला दिनाच्या निमित्ताने मार्च महिन्यात कट्ट्यावर हा विषय हमखास उपस्थित होतो आणि वाद सुरू होतात. कट्ट्यावर हजेरी लावणारी बहुसंख्य मंडळी मध्यमवर्गीय, उच्च मध्यमवर्गीय, सुशिक्षित, उदारमतवादी, आपापल्या पोरीबाळींना शिकवणारी, करिअर करायला लावणारी तरीही काही अंशी बऱ्याच परंपरा पाळणारी, जुन्या अपेक्षा कायम ठेवणारी अशी असतात.

परंपरा तर सोडवत नाही, पण परिवर्तन तर हवं अशी अवस्था असल्याने विचार आंदोलत असतात आणि वाद झडत असतात. अशाच एका वादाच्या वेळी एक बाई उद्वेगानं म्हणाल्या, ''कसलं आलंय परिवर्तन? कुठे आहे स्त्रीच्या परिस्थितीमध्ये सुधारणा? बागेमध्ये माळी झाडं लावतो. काही झाडं तो वाढू देतो. काही झाडं मुद्दाम सावलीत लावतो. काही झाडांना कापून आकार देतो. तसं आपलं बायांचं आहे. झाडांचा

विकास माळ्याच्या हातात असतो तशी आपल्या विकासाची स्थिती आणि गती पुरुषांच्या हातात असते. आपण आपल्या कुवतीनुसार वाढलो, विकास करून घेतला, पुढल्या पिढीत तो संक्रमित केला असं घडलंय का?''

बाईंचं बोलणं ऐकून मी अस्वस्थ झाले. खरंच असं आहे का? एवढ्या मोठ्या विस्तीर्ण देशात स्त्रीच्या विकासाचे टप्पे वेगवेगळे असू शकतात. खरं तर प्रत्येक स्त्री वेगळी असते. तिच्या बुद्धी-परिस्थिती-कुवतीनुसार तिचा विकास स्वतंत्रपणे घडत असतो. पण स्त्री आतून, स्वत:च्या मनाने स्वतंत्र झालेली नाही. तिला मिळते तेवढी मुभा ती घेते हे निरीक्षण खरं आहे का?

स्त्रीला आत्मभान आलंय का?

आत्मभान निश्चित आलेलं आहे. विविध स्तरांवर त्याचे परिणाम दिसून येत आहेत. महाराष्ट्रात मुंबई-पुण्यासारख्या महानगरांमधील सुशिक्षित स्त्रीनं स्वातंत्र्य घेतलं आणि ते स्वातंत्र्य जपण्याचाही प्रयत्न केला ह्याच्या अनेक खुणा आपल्याला आढळून येत आहेत. या संदर्भात निरीक्षणे करताना आपल्याला एक गोष्ट जाणवते की, कौटुंबिक नाती, घर आणि मुलं मोठी झाल्यानंतरचं आपलं जीवन तिनं मर्जीनुसार ठेवायचा कसोशीचा प्रयत्न चालविला आहे. माझ्या जगण्यावर, माझ्या जीवनावर माझा अधिकार आहे. मला जेव्हा जिथे त्याग करायचा तिथे करीनही. पण जिथे त्याग वगैरे करायचा नाही तिथे जबरदस्ती, अनिच्छेने तो करणार नाही. माझ्या जगण्यावर मुलांनीसुद्धा हक्क सांगू नये. मुले, सुना, नवरा यांनी मला गृहीत धरू नये, अशा तऱ्हेचा दृष्टिकोन ठेवून तो स्त्री दैनंदिन जीवनात अमलात आणताना दिसते आहे.

ह्या दिशेने विचार करीत असताना एक नवा आकृतिबंध उभारून येत असलेला दिसतो. या तऱ्हेची बरीच उदाहरणे नजरेसमोर आहेत. एकंदर भारतीय स्त्री-जीवनाच्या महावस्त्रावरील एक छोटीशी नक्षी, एक वेगळा बुट्टा एवढ्या मर्यादित अर्थाने ह्याला आकृतिबंध म्हटलं तरी त्याचं महत्त्व कमी होत नाही कारण उद्या असे बुट्टे अनेक ठिकाणी झगमगू लागतील. कोणत्या तऱ्हेचा विचार आणि कोणत्या तऱ्हेची वागणूक या प्रौढ सुशिक्षित स्त्रियांनी अंगिकारलेली आहे?

यापैकी पुष्कळ स्त्रिया शिकलेल्या, नोकरी-व्यवसाय करणाऱ्या आहेत किंवा इतर सामाजिक, शैक्षणिक घडामोडीत गुंतलेल्या आहेत. घरात पुरुषांच्या बरोबरीने सर्व गोष्टींमध्ये त्यांचा सहभाग आहे. त्यांची आर्थिक परिस्थिती व्यवस्थित आहे. घर पुरेसं मोठं आहे. म्हणजे निदान दिवाणखाना, स्वयंपाकघर आणि दोन खोल्या आहेत. ह्या स्त्रियांची मोठी मुले लग्नाच्या वयाची झाल्यावर त्यांच्या लग्नाची खटपट घरात सुरू आहे किंवा काही ठिकाणी मुलाचे लग्न होऊन सून घरी आली आहे.

साधारण दोन दशकांमागे सासरी आलेली सून अनेक कारणांनी वेगळं घर घेण्यासाठी

आसुसलेली असे आणि सुनेने वेगळं बिऱ्हाड केलं की घरातील बाई अतिशय दुःखी होत असे.

आता हेच चित्र बऱ्याच ठिकाणी बदललेलं आहे. घर मोठं असल्याने खासगीपण जपलं जातं. सासू-सासरे तब्येत आणि पैसा राखून असतात. त्यांचं फारसं करावं लागत नाही. घरातील कामांना यंत्रे आणि काही कामांना नोकरचाकर असतात. बऱ्याच 'तयार गोष्टी' बाजारात मिळतात. त्यामुळे आपल्या मुलांवर नीट संस्कार व्हावेत, सासू-सासऱ्यांचा आधार असावा, घराच्या एकंदर व्यवस्थापनाची सगळी जबाबदारी पडू नये म्हणून सुना एकत्र राहायला तयार असतात. सासवांची अपेक्षा नसते, वागणूक मैत्रिणीसारखी असते तेही महत्त्वाचं कारण असतं. पण घरातील सासू झालेली किंवा होऊ पाहणारी गृहिणी मात्र शक्यतो आपल्या घराजवळ मुलाला दुसरं बिऱ्हाड थाटून देण्याच्या तयारीला लागलेली असते. त्या घरासाठी सुरुवातीचा पैसा तिने गुंतविलेला असतो. पुढचे काही हप्तेही देण्याची तयारी असते. मुलाचं बिऱ्हाड ती उत्साहाने लावून देते. सुनेला सर्वतोपरी मदत करते. त्यांच्याशी असलेलं नातं अंतस्थ प्रेमाचंच असतं. मग मुलाचं बिऱ्हाड वेगळं थाटून देण्याचा हा निर्णय ती का घेते?

अशा तऱ्हेचा निर्णय घेणाऱ्या स्त्रियांशी प्रत्यक्ष बोलून किंवा त्यांच्याबद्दल त्यांच्या नातेवाईकांकडून ऐकून घेऊन त्यांचा दृष्टिकोन उलगडत गेला. त्यातील काही प्रातिनिधिक उदाहरणे फार बोलकी आहेत.

सुचित्रा अनेक वर्षे माध्यमिक शाळेत नोकरी करते. आता चार-पाच वर्षांत ती निवृत्त होईल. तिचा नवरा लघुउद्योजक आहे. मुलगा शिकला. त्याचा नोकरी करण्याचा कल दिसल्यावर नवऱ्याने व्यवसाय आटोपता घ्यायला सुरुवात केली आहे. सुचित्राला एकच मुलगा. त्याचा प्रेमविवाह ठरला आहे. घरात येणारी सून नोकरी करते. तरीही सुचित्राने वेगळा ब्लॉक बुक केला आहे. तिचं असं म्हणणं आहे की, सुरुवातीपासून नव्या नवरीने आणि नवऱ्याने जबाबदारी घ्यायला सुरुवात केली की, संसार सुखाचा होतो. दोघांच्या मताने घर सजवता येतं. आवश्यक तेव्हा काटकसरही करता येते. इतके दिवस सुचित्रा घर चालवते आहे. मुलगा कमवायला लागला तरी त्याने कधी घरातील खर्चाचा वाटा उचलला नाही. मग त्याच्या बायकोनेही दिला नाही तर मरेपर्यंत खर्च आपणच उचलत राहायचा असा पायंडा पडेल, नाही तर त्यावरून ताण निर्माण होईल. सुचित्राच्या नवऱ्याचा ब्रिजचा ग्रुप आहे ती सात-आठ जणं आठवड्यातून एकदा जमतात. घरात रात्री उशिरापर्यंत आरडाओरडा चालतो. खाणं-पिणं होतं. एक मोकळेपणा असतो. तो सून आल्यावर राहील का? तिला ते आवडलं नाही तर तिनं ते आवडून घ्यावं किंवा आम्ही तरी ते सोडावं अशी तडजोड अनेक गोष्टीत घडू लागेल. रिटायर होण्याआधीपासून मी आता प्रवासाला सुरुवात करणार आहे. दर सुट्टीत किंवा कधी सुट्टी घेऊन मी जाणार. घरातील भार सुनेवर पडला की ते तिला आवडायचं नाही.

आम्ही दोघं असताना भाकरी टाकली. पालेभाजी केली. फळं आणली सगळं सुटसुटीत असतं. मुलगा खूपदा बाहेर असतो. दोन वर्षे होस्टेलवरच होता. येणाऱ्या मुलीच्या स्वयंपाकाच्या अपेक्षा वेगळ्या असू शकतात. दैनंदिन जीवनात लहान लहान अपेक्षा माराव्या लागल्या की ताण येतात. निदान माझा तरी आता अपेक्षापूर्तीचा काळ आहे. घर, घरातील सोयीसुविधा, वाहन, आजारपणं, मुलाचं शिक्षण ह्या सगळ्यात ज्या इच्छा दाबून ठेवल्या त्या आता मी पूर्ण करणार आहे. मग येणाऱ्या मुलीने अपेक्षा दडपायच्या का? तिनं तिचं वैवाहिक जीवन स्वतंत्र सुरू करायला हरकत नाही. त्यांना दोघांना हवी ती मोकळीक मिळेल. मोठ्या माणसांसमोर कित्येक बंधनं पडतात.

सुचित्राने आणखीही एक गोष्ट केली आहे. तिने मुलाचे लग्न रजिस्टर पद्धतीने करायचे ठरविले आहे. देणी-घेणी, जेवणखाण वगैरेंचा खर्च होणार नाही. तिने पन्नास हजार व मुलीच्या आईने पन्नास हजार आपापल्या मुलांना दिले आहेत. त्यातून सर्व संसारोपयोगी सामान येईल. फर्निचर, भांडीकुंडीही दोघी मिळून देणार आहेत. मुलाला बाईक दिली आहे. सुचित्राचं म्हणणं आहे, घर जवळच असल्याने कोणतीही मदत केव्हाही देता-घेता येऊ शकते. पण सुरुवातीपासून तिनं स्वतंत्र जगावं आणि माझं जे आयुष्य मी जगण्याचं ठरविलं आहे तसं जगण्याची मला मोकळीक मिळावी. भावी सुनेशी तिनं या गोष्टीवर चर्चा केली आहे आणि एक कुटुंब पण व्यवहार वेगळे असावेत हे दोघींनी मिळून ठरविलं आहे.

वीणा ही विख्यात कायदेपंडित आहे. तिने अनेक घटस्फोटांचे खटले चालविले आहेत. तिचा एक मुलगा विदेशात असतो. दुसऱ्या मुलाचं लग्न ठरतं आहे. वीणा स्वत: अतिशय शिस्तबद्ध जीवन जगणारी आहे. तिचं सकाळचं उठणं, फिरायला जाणं, ऑफिस, कोर्ट, वाचन, प्रवास या सगळ्याची शिस्तबद्ध आखणी असते. तिला कपडे इकडे तिकडे फेकलेले, उशिरा उठलेलं, वेळेवर न जेवलेलं आवडत नाही. सगळी कामं वेळच्या वेळी करण्यावर तिचा कटाक्ष असतो.

नवीन सून म्हणून येणारी मुलगी एकुलती एक आहे. शिवाय ती चित्रपट व्यवसायात आहे. वीणा म्हणाली, ''तिची जीवनशैली माझ्या जीवनशैलीशी जुळणार नाही. उशिरा उठणं, गाऊन घालून घरात वावरणं हे मला पटणार नाही. बेड-टी वगैरे प्रकार तर मला अजिबात आवडत नाहीत. मुलाला मी एरवी बोलते. आमच्यात वाद होतात. पण सुनेसमोर मी त्याला बोलणं, त्यानं उलट उत्तर देणं योग्य नाही. मी त्याला बोलल्याचा दोघांनाही राग येऊ शकतो. हे घर माझं आहे. मी उभारलं आहे. त्यामुळे मला ते बोलू शकणार नाहीत. त्यांचा राग आतल्या आत धुमसत राहील आणि त्याचा त्या दोघांच्या वैवाहिक जीवनावर परिणाम होऊ शकतो.

''ती एकुलती एक आहे. मी स्वत: अशा केसेस हाताळल्या आहेत की एकुलत्या एक मुलीच्या आयुष्यात त्यांच्या आया खूप ढवळाढवळ करतात. बारीकसारीक तपशील

विचारतात. मुलीच्या डोक्यात काही काही भरवतात. तिथून वादाला तोंड फुटतं. त्याचा सगळ्यांनाच त्रास होतो. माझी चाकोरी, व्यवहार, घर ठेवण्याची पद्धत, देणी-घेणी, ह्यात मी बदल करणार नाही. पण सुनेकडून काही अपेक्षा अजाणता मनात निर्माण होतील. सुनेच्याही अपेक्षा असतील, त्या पूर्ण झाल्या नाहीत की, परत धुसफूस सुरू होईल. आणखी एक गोष्ट अशी आहे की, ती एकुलती एक असल्याने तिच्या आई-वडिलांना इथे वारंवार यावंसं वाटेल किंवा त्या दोघांना बोलवावंसं वाटेल. त्यावेळी नाइलाजाने लेक जावयाबरोबर मला बोलवावं लागेल. माझ्या कामाच्या वेळा सांभाळून त्यांनी तीनदा बोलावलं तर एकदातरी मला जावं लागेल. मुळात त्यांना लेक आणि जावई हवे असणार. मला माझ्या कामाची काळजी लागलेली असल्याने माझी परत जाण्याची चुळबुळ सुरू होणार. लग्न ठरल्यानंतर एक-दोनदा असे प्रसंग घडले आहेत. अशा परिस्थितीत नाखुषीवर उभारलेली नाती जपायची म्हणजे आपल्या शक्तीचा अपव्यय असतो आणि मनाला प्रचंड कंटाळवाणेपणा येतो. त्याऐवजी तो वेळ मी वाचनात घालवेन. या सगळ्याचा विचार करता सून-मुलाला थोडा मोकळेपणा दिला, काही अंशी जबाबदारी त्यांनी स्वीकारली आणि माझ्या घराच्या जवळच त्याचं घर असलं की, नाती सुरळीत राहू शकतात. एकमेकांच्या गरजेला धावता येतं आणि आपापली जीवनशैली जपत आपला दिनक्रम निर्धास्तपणे चालविता येतो. तिच्या घरात तिचे मित्र-मैत्रिणी स्क्रिप्ट डिस्कशनला उशिरापर्यंत बसले तर तिला ओशाळं वाटणार नाही. तिची पार्टी चालू असताना मी साडेनऊला झोपायला गेले तर मला रुखरुख लागणार नाही की, सुनेच्या मित्रमंडळींची चौकशी केली नाही, तिला मदत केली नाही.''

लता म्हणजे हौशी, प्रेमळ, खूप सुस्वभावी बाई आहे. चार खोल्यांचा फ्लॅट आहे. नवऱ्याचा व्यवसाय चांगल्याप्रकारे चाललेला असल्याने तिने कधी नोकरी केली नाही. मैत्रिणींबरोबर गप्पा, प्रवास, लेखन, वाचन आणि अंधविद्यालयात थोडं कामकाज ह्या गोष्टींबरोबरच घर नीटनेटकं ठेवणं, विणकाम, भरतकाम, ग्लासपेंटिंग अशा कला-कौशल्याच्या कामाची तिला फार आवड आहे. मुलांच्या शिक्षणात तिनं जातीने लक्ष घातलं. मुलांचं आईवर खूप प्रेम आहे. तिचा मोठा मुलगा खूप हुशार असल्याने त्याचं शैक्षणिक यश अक्षरश: दिमाखदार-भरजरी आहे. लताला त्याचा सार्थ अभिमान आहे. त्याला कंपनीनेच अमेरिकेला पाठविले. दरम्यान त्याचं लग्नही तितक्याच बुद्धिमान चुणचुणीत मुलीशी झालं. धाकटा शिकत होता. तरी लताने एक फ्लॅट दुसरीकडे बुक करून ठेवला. सुनेच्या बाळंतपणाच्या वेळी लता तिकडे परदेशात जाऊनही आली. मोठ्याच्या कंपनीचं परदेशातील काम संपलं. पण तिकडच्या कंपन्यांनी अनेक ऑफर्स दिल्या होत्या तरी त्यानं भारतात परतायचं ठरवलं. मोठा परत आल्यावर चार खोल्यांचं घर अपुरं पडू लागलं. मोठ्यानं आईला म्हटलं आपण जरा लांब पाच बेडरूम्सचा मोठा

फ्लॅट घेऊ. आपल्या तिघांच्या तीन, आमच्या दोघांच्या मुलांकरता दोन बेडरुम्स!

लताला हसू आलं. ती म्हणाली, "अरे, अजयचं अजून लग्नही झालेलं नाही."

"अग होईलच नं. मुलंही होतील. त्याची पण प्रोव्हिजन करू. आपण सगळे तिकडे राहू. स्वतंत्र प्लॉट घेऊन मोठा बंगला बांधू ! ही दोन्ही घरं विकून टाक. मी खूप भर घालतो आणि तुला हे घर ठेवायचं असलं तर मी लोन घेईन." असं सुजयनं म्हटलं, पण लतानं एकदम होकार दिला नाही. काही दिवसांनी पुन्हा सुजयने विषय काढला तेव्हा लता म्हणाली, "सुजय, ह्या घरात आम्ही अनेक वर्षे राहत आहोत. माझा गाण्याचा क्लास, अक्षरधारा ग्रुपच्या साहित्यिक मैत्रिणी इथे जवळच आहेत. बाबांचं ऑफिस अगदी चालत जाण्याच्या अंतरावर आहे. बाबा शेवटपर्यंत काम करीतच राहणार पण इतक्या लांबून यायचं म्हणजे वाहन हवं. ड्रायव्हर आणि वाहनाचा खर्च हवा. माझं सगळं इथलं बस्तान हलवायचं आणि क्लास, साहित्यिक गप्पा, मी चालवत असलेला छंदवर्ग, माझा पीएच.डी.चा अभ्यास ह्या सगळ्यांसाठी तिकडून यायचं म्हणजे वेळ आणि पैशांचा अपव्यय आहे. दगदग सुरू होईल. ह्या वयात आम्हाला हे घर सोडायचं नाही. तुम्ही अवश्य मोठं घर घ्या. मी त्या घरासाठी हवं ते द्यायला तयार आहे. आपण जाऊन-येऊन राहू. तुझ्या मुलाला दुपारी इथे ठेव. त्याच्यासाठी आया ठेवली तरी माझं लक्ष राहील. मी सगळा वेळ तुझ्या मुलाच्या संगोपनासाठी देऊ शकणार नाही. पण माझं पूर्ण लक्ष राहील. संध्याकाळी तुम्ही मुलाला इथून घेऊन जाऊ शकता. कधी इथेच जेवू शकता. कधी तिकडे कार्यक्रम करू. तुम्ही तुमची वाहने स्वत: चालवता. तुम्हाला जाण्यायेण्याचा प्रश्न नाही. आपण एकच कुटुंब आहोत, पण आपापल्या सोयी आणि स्वातंत्र्य घेऊन जगू. आमच्या दोघांपैकी कुणीतरी ह्या जगाचा निरोप आधी घेणार, आजारी पडणार असं झालं तरी आम्ही तिकडे येऊ. तुमच्या घरच्या अडचणी असतील तर मी काही दिवस येऊन राहीन. रजतच्या जन्माच्या वेळी अमेरिकेत नव्हते का आले, सुजयला ते फारसं पटलं नाही. पण त्यानं आईच्या म्हणण्याचा मान ठेवला. सध्या तरी त्यांचं खूप आनंदात चाललंय.

शैलजाच्या नवऱ्याच्या बदल्यांच्या काळात तिला बिऱ्हाडबाजलं घेऊन सतत हिंडावं लागे. ती नाटकातून चांगलं काम करीत असे. पण नाटकाच्या मुख्य प्रवाहात यायचं तर मुंबई-पुण्यात बस्तान हवं. ते तिला तिच्या तरुण वयात आणि मध्यम वयातही शक्य झालं नाही. मुलं मोठी झाल्यावर होस्टेलवर ठेवावं लागलं. कारण तीन-तीन वर्षांनी बदली होई. तिच्या नवऱ्याने व्हॉलंटरी रिटायरमेंट घेतल्यावर त्यांनी मुंबईतील उपनगरात जागा घेतली. आता एकांकिका वगैरे लिहिणं-बसवणं शैलजाला शक्य होणार होतं. लग्न लहान वयात झालं तेव्हा तिनं बाहेरून बी.ए. केलं. एम.फिल. ही करायचं होतं. मुलं एव्हाना चांगली मोठी झाली होती. त्यांची लग्नं झाली होती. एक मुलगा दिल्लीला आणि एक दुबईला होता. नातवडं कधीमधी सुट्टीत येत. शैलजाचा दिनक्रम

चांगला चाललेला होता. ती नाट्यशिबिरे घेई. एम.फिल.चा विषयही नाटकांसंदर्भातच होता. काही साहित्यिक चळवळींशी संबंध आला. नाट्यविषयक कॉलम लिहायला मिळाला. ती स्वत: संगीत विशारद झाली होती. आता ती गाण्यांच्या मैफिलींना हजेरी लावू लागली. ह्याच सुमारास दुबईच्या मुलाचं कॉन्ट्रॅक्ट संपून तो भारतात परत आला. शैलजाच्या नवऱ्याने एक बिझिनेस सुरू केला होता. तोच मोठ्या प्रमाणात वाढवावा असं बाप-लेकांचं ठरलं. सुनेला एव्हाना बँकेत नोकरी लागली होती. घरातूनच कॉम्प्युटरवर बिझिनेस होत असे. सूनही त्यात मदत करे. ह्या सगळ्यात शैलजाचं कॉम्प्युटरशी फारसं सख्य नव्हतं. त्यामुळे घरातील बरीचशी कामे शैलजाच्या अंगावर पडू लागली. अगदी स्वयंपाकाला बाई आणि इतर कामांना प्यून असला तरी अनेक गोष्टींकरता तिची घरातील उपस्थिती गृहीत धरली जाऊ लागली. तिच्या सर्व ॲक्टिव्हिटीज विस्कळीत झाल्या. तिला कित्येकदा आपले कार्यक्रम चुकवावे लागत. घरात चिडचिड होई. ती घरात देत असलेल्या वेळेची कुणाला जाणीवही नव्हती.

जवळच बिल्डिंग कन्स्ट्रक्शन चालू झालं तेव्हा शैलजाने त्यात एक फ्लॅट घ्यायला मुलाला सुचवलं. जवळच एक हॉल, किचन एवढा छोटा फ्लॅट घेऊन त्याचं ऑफिसात रूपांतर करावं असं मुलाला सुचवलं. सुरुवातीला ह्याबाबतीत सगळे नाखूष होते. पण दोघांची बिऱ्हाडं वेगळी पण जवळजवळच झाल्याने सगळ्यांची सोय झाली. एकमेकांकडून अपेक्षा करणं थांबलं. एकमेकांची सोय सांभाळली जाऊ लागली. शैलजाला आवडणाऱ्या गोष्टी ती परत नीटपणे करू लागली. कामाच्या संदर्भात घरात होणारी वर्दळ, घरात खूप माणसं असणं, आपल्याला गाणं ऐकावंसं वाटत असताना बाहेर जोरात मॅच लागलेली असणं, मराठी मालिका बघावीशी वाटत असताना हिंदी मालिका सर्वानुमते बाहेर लागणं, तुझ्या खोलीत तुला छोटा वेगळा टीव्ही घेऊन देतो असं मुलानं सुचवणं हे सगळं थांबलं. सून आजारी असताना शैलजा तिच्या शुश्रूषेसाठी त्या घरी चार दिवस राहिली. आणि मोठा नातू संस्कृत-मराठी शिकायला शैलजाकडे नेमाने येऊ लागला. हळूहळू ही व्यवस्था चांगली असल्याचं सर्वांनी मान्य केलं. एकंदर शैलाचं बरं चाललंय.

स्नेहाची हकीकत आणखी वेगळी आहे. ती, तिची सून, मुलगा, नातू, नवरा सगळे एकत्र राहत होते. चार खोल्यांचं घर होतं. अगदी काही कमी पडत नसे. पण नवऱ्याला कॅन्सर झाला. स्नेहाला तीव्र ॲसिडीटीचा त्रास होताच. तिच्या नवऱ्याला केमोथेरपीला न्यावं लागे. त्यांना त्रास खूप होत असे. स्वभाव चिडचिडा झाला होता. कधी घरीच सलाईन लावावं लागे. केमोथेरपीनंतर कॅन्सरस 'मास' कमी झाला तर ऑपरेशन किंवा रेडिएशन वगैरे काही तरी ठरवणार होते. त्यांना सारखं वाटे मुलाने-सुनेने आपल्या अवतीभवती राहावं. सुट्टी घ्यावी. पण ते कसं जमणार? नातवावर ते ओरडत. मुलाशी बोलणं बंद करत. एकंदर घरात ताण पसरलेला असे. नातवाच्या

मनावर त्याचा विपरीत परिणाम होऊ लागला. शेवटी स्नेहाने एक निर्णय घेतला. तिनं मुलाला-सुनेला जवळच वेगळं घर घ्यायला सुचवलं. नशिबाने शेजारच्या गल्लीत एक फ्लॅट मिळाला. स्नेहाने रात्रीसाठी पूर्णवेळ नर्स ठेवून घेतली. सुनेकडे येणारी स्वयंपाकीणबाई स्नेहाकडे येऊन दोघांसाठी पथ्याचं करून जाई. तिला पैसे दुप्पट मिळाल्याने ती खूष होती. तिच्या हाती एकमेकांकडे काही खायचं-प्यायचं पाठवलं जाई. मुलगा, सून रोज संध्याकाळी येत. नातूही येई. पण मुला-सुनेच्या आयुष्यावरचं नैराश्याचं, चिडचिडेपणाचं जे सावट तिच्या नवऱ्यामुळे पडलं होतं ते दूर झालं.

अशी अनेक उदाहरणं नजरेसमोर येतात आणि विचार करताना वाटतं की, ह्या सगळ्या स्त्रियांनी कुचंबत राहत, भांडत, हिरमुसलं राहत, आपल्याला आनंदाने जगण्यासाठी लागणाऱ्या गोष्टींवर पाणी सोडत एकत्र राहण्याचं नाकारलं आहे. रिटायर्ड होऊन घरी राहणाऱ्या स्त्रीकडून कुटुंबाच्या अपेक्षा वाढतात. तिला रिटायरमेंटनंतर खूप काही साध्य करण्याजोगं असतं. ते तिला करायचं असतं. तिनं तब्येत नीट राखल्याने ते शक्यही असतं. तिची ही दहा-पंधरा वर्षे तिनं इतरांच्या अपेक्षा पूर्ण करीत का घालवावीत? ''आमचं आता मजा करून घ्यायचं वय आहे. तुम्ही घर सांभाळा, नातवंडे सांभाळा.'' ही मुलांची अपेक्षा असते. पण तिच्या अपेक्षांचं काय? दैनंदिन वागणं, मॅनर्स, पाहुणे, जेवणखाण, जीवनशैली, देणंघेणं, मान-अपमानाच्या संकल्पना अशा अनेक कारणांनी मनात पीळ पडतो आणि तो गच्च होत जातो. मुलांना आपल्या घराच्या जवळच वेगळी घरं घेऊन दिल्याने नात्याला पीळ न पडता ते सुळसुळीत रेशीम लडीसारखं सुखावह होतं. हे ह्या स्त्रियांनी अनुभवलं आहे. सुरुवातीपासून वा नंतर वेगळं झालं तरी आपलंच घर थोडं विस्तारलं आहे असा दृष्टिकोन सून, मुलगा, सासू, सासरा सगळ्यांनी ठेवल्यामुळे ह्या स्त्रिया आपलं स्वातंत्र्य जपत सुनांना स्वातंत्र्य देत, आपल्या आनंदासाठी जे करायचं ते करत खूप सुखाने जगत आहेत. जागृत आत्मभानाचा एक भाग म्हणून उतारवयातही त्या स्वतःचा विकास करून घेत आहेत आणि सुनेला मदत करीत आहेत. मंद गतीने होत असलेल्या परिवर्तनाचा हा छोटा दृश्य परिणाम आहे असं म्हणायला हरकत नाही.

(लेखातील नावे, ओळख गुप्त राहावी म्हणून बदललेली आहेत.)

■

(८)

बदलत्या नात्यावर एक नजर

आपला विकास साधताना, सुख बघताना,
स्पेस जपताना.... जोडीदारावर अन्यायही नको

कहाणी आटपाट नगराची.

म्हणजे म्हटलं तर कोणत्याही महानगराची.

महानगरीची कहाणी म्हणजे पर्यायानं त्यातल्या स्त्री-पुरुषांची कहाणी. त्यांचे बदलते नातेसंबंध, झपाट्यानं बदललेली मूल्यव्यवस्था, गतिमान जीवघेणी स्पर्धा, आत्मविकासाचं टोकाचं भान आणि या सगळ्याचे नात्यावर होणारे आघात यांची कहाणी. जरा शांतपणे आसपास निरखून बघायला लागलात ना तर कितीतरी विविध प्रकारची नाती, त्यांचे पीळ, एकंदर कुटुंब-व्यवस्थेचे प्रकार आढळून येतील. तरीही वाटत राहतं, या सर्वांत कुठेतरी एक समान सूत्र आहे का?

मिता, सुशांत यांचा एक समृद्ध संसार आहे. ती दागिन्यांची डिझाईनर आहे. आंतरराष्ट्रीय ख्याती असलेल्या ज्वेलरी हाऊसमध्ये फार वरच्या दर्जाची अधिकारी आहे. सुशांत एका मोठ्या कंपनीत विभागीय व्यवस्थापक आहे. दोघांकडे गाड्या आहेत. उपनगरात आलिशान पेंट हाऊस आहे. एकुलता एक मुलगा आहे, लग्न झाल्यानंतर तीन वर्षांनी त्याचा जन्म झाला. मिताच्या व्यवसायामुळे दागिन्यांच्या मोठ्या प्रदर्शनांसाठी तिला देशोदेश हिंडावं लागतं. परदेशांमधल्या ग्राहकांच्या आवडी, तिथली आदिम आणि परंपरागत कलाकुसर यांचा अभ्यास करावा लागतो. सुशांतच्याही परदेश वाऱ्या चालू असतात. तो संगणकाचं अत्याधुनिक ज्ञान मिळवतो आहे. डिनर्स, पार्ट्या, कधीमधी पिकनिक्स चालू असतात. मुलगा सध्या एका विख्यात शाळेत शिकतोय. पण त्याला डेहराडूनला ठेवणार आहेत. नजर लागण्यासारखा संसार वाटतो! खरंच तसं

आहे का? दोघंजणं व्यवसायात वर चढण्याचा आटोकाट प्रयत्न करताहेत. जराशी ढिलाई परवडायची नाही. स्पर्धा तीव्र आहे. पार्ट्या, डिनर्स वगैरेंमध्ये योग्य 'माणसं' भेटतात म्हणून जायचं. कॉन्टॅक्ट्स वाढवायचे. भेटीगाठी उपयोगी असतात! कामाचे कष्ट! कष्टांसाठी मौजमजा! घरी येईतोपर्यंत दोघं प्रचंड थकलेले असतात. दोघांमध्ये 'मिलनाची' ओढ शिल्लक नसते. संवाद असा नाहीच. शारीरिक जवळीक नाही तर पुढच्या पायरीवरची मानसिक जवळीक कुठून येणार? एका छपराखाली दोन जीव समांतर आयुष्य जगतात. त्यात दोघांपैकी जास्त कोण कमावतो यात त्यांची स्पर्धा चालू असते. 'तो' वर चढला तर 'तिला' मत्सर वाटतो. बँक अकाऊंट्स वेगवेगळे आहेत. आपली कमाई संसारात पूर्णपणे ओतायची तिची तयारी नाही. त्याबाबतीत दोघांचे हिशेब काटेकोर असतात.

वाणी आणि शेखर दोघांची घरं म्हटलं तर स्वतंत्र आहेत. ती मॉडेल आहे. तो इंपोर्ट-एक्सपोर्टचा बिझनेस करतो. त्याचा पाच खोल्यांचा मोठा फ्लॅट जुहूला आहे. वाणीचा चिमुकला दोन खोल्यांचा फ्लॅट चर्चगेटला आहे. दोघं एकत्र राहत असले तरी तिला 'रॅम्प शो' मध्ये उशीर झाला, एखादी पार्टी असली, फक्त दोघी-तिघी मैत्रिणींनी एकत्र राहायचं ठरवलं, एखाद्या फिल्मचं प्रीमियरचं आमंत्रण असलं तर ती सरळ चर्चगेटला राहते. दोघांना एकमेकांचा संशय नाही येत? कसंही करून 'घरी' पोहोचायची ओढ नसते? वाणीच्या मते असा संशय घ्यायला लागलं तर दोघांना घरीच बसायला लागेल. समजा असलीच त्याची किंवा माझी भानगड तर जीवाचा तडफडाट करून काय होणार? पोल्युशन, घाण, ट्रॅफिक या सगळ्यांशी सामना करत झोप बिघडवून, व्यायामाची वेळ टाळून घरी म्हणजे जुहूला पोहोचण्यात मला काय लाभ? त्यात तशी पोहोचलेच तर तो घरी असेलच याचा काय नेम? बहुधा तो क्लबमध्ये किंवा कुठेतरी गेलेला असतो. दोघांना एकमेकांची ओढ वाटत नाही? शेखरच्या मते "आम्ही दोघं लाईफ पार्टनर्स आहोत. फक्त बेड पार्टनर्स नाही. तिचा विकास मला महत्त्वाचा वाटतो. माझ्या विकासाआड ती येत नाही. सर्वसामान्य शारीरिक जवळीक कुणाचीही होत असते. त्यात जे सुख मिळतं तशी उत्तेजित अवस्था रोमांचकारी क्षण, आपले धंद्याचे आडाखे बसवतांना, सर्वस्व पणाला लावून कॉन्ट्रॅक्ट्स मिळविताना, प्रतिस्पर्ध्यावर मात करताना मिळतात, त्या समाधानाच्या तुलनेत शरीरसुख मिळमिळीत वाटतं..." शरीरसुख सोडा, दोघांना एकमेकांशी बोलावसं वाटत नाही? दोघंही सांगतात, आम्ही बोलतो. जाणीवपूर्वक डिनरला बाहेर जातो. एकमेकांचं दुखलं-खुपलं सांगतो. कुणी बाहेरची व्यक्ती त्रास देत असेल तर बोलतो. अगदी लग्नाच्या आधी डेटिंग करीत असल्यासारखे पिकनिकला किंवा परदेशवारीलाही जातो. पण रोज रोज नाही... आणि एकमेकांच्या कामकाजाविषयी आम्ही कटाक्षानं बोलत नाही. माझं काम तिला किंवा तिचं काम मला बोअरिंग वाटायचा संभव आहे... उगीच वेळ कशाला घालवायचा?

"मुलं नाहीत?"... अजून तरी नकोत. वेळ येताच तोही विचार करू. पण एकावरच थांबणार आहोत. सहजीवनाची संकल्पना बदलत चालली. पूर्वी व्यक्तीच्या जगण्याच्या केंद्रस्थानी कुटुंब असायचं. कुटुंबाच्या बाहेरचा परीघ जात गोत, गावकरी हा असायचा. माणसं एकमेकांसाठी कष्ट करायची. एकमेकांच्या कामात रस घ्यायची... मदत करायची... दुसऱ्याच्या दुःखानं दुःखी व्हायची, सुखानं आनंदायची... आता एवढा वेळ उरला नाही... नवरा-बायकोलासुद्धा जाणीवपूर्वक 'डेटिंग' करावं लागतं... कुणी कुणाच्या वेळेवर हक्क सांगू शकत नाही. कारण विभक्त कुटुंबाकडून जगण्याचं केंद्र चार माणसांच्या कुटुंबाकडे सरकलं आणि आता कुटुंबात प्रत्येक व्यक्ती हे स्वतंत्र केंद्र आहे. कुटुंबाची घट्ट चौकट खूप सैल झाली आहे. स्वातंत्र्य आणि 'मी'चा विकास हा नवा मंत्र आहे.

जगजित आणि अमृता तर बरेच दिवस लग्न न करताच राहात होते. अमृता वयानं जगजितहून थोडी मोठीच आहे. आधी त्यांच्या घरच्यांनी खळखळ केली. पण मग त्यांचा 'असा संसार' स्वीकारला. अमृता म्हणाली, लग्न केलेलं नसल्यानं आम्ही जाण्यायेण्याचं, झोपण्याच्या वेळांचं, उशिरा उठण्याचं स्वातंत्र्य देत आणि घेत होतो. मी नसले तर हा कुकर वगैरे लावून ठेवायचा. बाहेरून पोळी-भाजी मागवायचा. सुरुवातीला लोकांच्या मित्र-मैत्रीण म्हणून आमच्याकडून वेगळ्या अपेक्षा होत्या. आमच्या असं राहण्याला चार-पाच वर्षे झाल्यावर लोकं आम्हाला 'नवरा बायकोच' समजायला लागले. आमंत्रणं एकत्र यायला लागली. लग्नाबिग्नांच्या ठिकाणी मला याची बायको म्हणूनच वागवायला लागले. एकमेकांना उशीर झाला तर काळजीमुळे आम्ही अस्वस्थ होऊ लागलो. एकमेकांवर रागावू लागलो. "तू कामाच्या ठिकाणचा राग माझ्यावर काढू नकोस. मी तुझी लग्नाची बायको नाही." असं जरी मी याला ठणकावून म्हणत असले तरी पूर्वीसारखी त्याच्याशी वाद घालायचं टाळू लागले. आमच्या लक्षात यायला लागलं की, वैवाहिक जीवन याहून वेगळं काय असतं? शिवाय मूल होऊ द्यायचं ठरवलं तेव्हा असंही लक्षात आलं की, आपले कायदे आणि समाज विवाहबाह्य संततीवर फार अन्याय करतो. तेव्हा मग लग्नाचा निर्णय घेतला. पण त्याचवेळी एकमेकांना गृहीत धरणं, एकमेकांना 'वापरून' घेणं, एकाचे कष्ट त्यावर दुसऱ्यानं मौज मारणं, एकमेकांच्या स्वातंत्र्याआड येणं, मालकी गाजवणं या सर्व गोष्टी आपल्या वैवाहिक जीवनात शिरता कामा नयेत... हे संपूर्ण शक्य होतं का?"

जगजित थोड्या विचारपूर्वक म्हणाला, "नाही शक्य होत, पण लक्षात घ्यायला हवं की, एकमेकांना वापरून घेणं जाणीवपूर्वक घडलं नाही तरी हल्ली ती, आपल्या समाजजीवनात मुरलेली गोष्ट आहे. याच परिस्थितीत आपण वाढतो. मनाची चौकट तशीच घडलेली असते. त्यामुळे आपला विकास साधून घेत असताना किंवा आपलं 'सुख' बघत असताना आपण कधीतरी जोडीदारावर अन्यायही करीत असू. पण...

आता असं 'हे वापरून घेणं' फक्त नवऱ्याकडून घडत नाही. बायकोकडूनही घडतं. दोघं एकत्र राहायला लागलो की, लग्न केलं असलं काय, नसलं काय स्वातंत्र्याचा संकोच थोड्या प्रमाणावर का होईना होतोच! समजा मी उशिरा आलो आणि ही झोपलेली असली तर मी अन्न गरम करून एकटा जेवतो. पण मला शॉवर घ्यायचा, कपडे बदलायचे म्हणजे लाईट लावावा लागतो, आवाज होतो, माझा वावर असतो... झोपमोड होतेच... मग मी झोपतो आणि हिला बराच वेळ झोप लागत नाही... अशावेळी हिला काही वेगळी अपेक्षा माझ्याकडून असली तरी मी ठार दमलेला असतो. दुसऱ्या दिवशी हिची चिडचिड निमूटपणे ऐकून घेतो.

जयदेव आणि सुधा यांच्यात सुधा संगणकतज्ज्ञ आणि अतिशय बुद्धिमान बाई! जयदेव सिव्हिल इंजिनिअर. सुधाचा पगार लवकरच जयदेवपेक्षा पुष्कळ अधिक झाला. जयदेव मोकळेपणे कबूल करतो की, ''पहिल्यांदा त्याला सुधाची भीतीच वाटायची. मिलनाच्या वेळी आपण तिच्या अपेक्षेला उतरणार नाही असं वाटून उत्तेजन व्हायचंच नाही. असं वाटायचं माझ्या आईसारखी साधीसुधी संसारी, घरात लक्ष देणारी, मुलाबाळांमध्ये रमणारी बायको मिळायला हवी होती. कित्येक दिवस मी तिच्याजवळ जाऊन तिला हात लावायचंसुद्धा टाळायचो. सुधा आणि मी विवाहसमुपदेशकाकडे या संदर्भात बोललो. आधी वेगवेगळे मग एकत्र. मग हळूहळू मोकळेपणा आला. पण अजून तिचा दबाव वाटतो. कित्येकदा वाटतं मी तिच्यापुढे नको एवढं नमतं घेतो, तिला नको एवढं स्वातंत्र्य देतो.'' विवाहसमुपदेशकाच्या मते ही संक्रमण काळातली दुःखे या मुलांना भोगायलाच हवीत. या मुलांचे आई-वडील मागल्या पिढीतले. आई अगदी त्याग करणारी नसली तरी मुलांमध्ये गुरफटलेली असे. पुष्कळदा नोकरी सोडून घर सांभाळण्याचा निर्णय तिनं घेतलेला असे आणि वडील आईला सन्मानपूर्वक वागवीत असले तरी घरात निर्णय घेणं, एकंदरच 'वरचढपणा' वडिलांचा असे. त्यामुळे मुलांच्या मनावर स्त्री-पुरुष वर्तणुकीचा बाज काय असावा याचा ठसा वेगळा उमटलेला असे. त्यांची पत्नी त्यांच्या बरोबरीची-कदाचित वरचढ असते, मिळवती असते. तर्कशुद्ध विचार करते आणि निर्णयप्रक्रियेत तिला बरोबरीनं स्थान हवं असतं. म्हणून स्त्री-पुरुषाचा पूर्वीचा वर्तणूक आकृतिबंध आणि त्यांच्या जीवनात त्यांनी स्वीकारलेला वर्तणूक आकृतिबंध यांच्यात एक संघर्ष सुरू होतो. जोडप्यापैकी विशेषतः पुरुषाला या प्रक्रियेत असुरक्षित वाटू शकतं. त्याचा ताण आल्यानं कधी कधी तो वैवाहिक सुख घ्यायलाही असमर्थ ठरतो.

मधुलिका आणि प्रदीप दोघंही एकाच बँकेत नोकरी करतात. दोघांच्या जाण्यायेण्याच्या वेळा एकच आहेत. सहकारी तेच. कामाच्या ठिकाणी असलेल्या समस्या त्याच. गप्पा पुष्कळदा तिथल्याच होतात. मधु म्हणाली, ''प्रदीपचं माझ्याकडे बायको म्हणून लक्षच उरलं नाही. मी केवळ एक सहकारी उरले त्याच्या लेखी! प्रदीप

ओशाळं हसून म्हणाला, 'हो असं झालं खरं! इतके सतत बरोबर असतो आम्ही की, काही वेगळं, उत्तेजित करणारं, रोमँटिक असं वाटत नाही. मित्राच्या खांद्यावर हात टाकून गप्पा माराव्यात तसं वाटतं. पण हिलासुद्धा माझं वेगळेपण कुठे जाणवतं? मी एकदा एक हाफ बाह्यांचा बुशशर्ट घातला होता. साधारणत: मी तसा घालीत नाही. फुल स्लीव्हजचे शर्ट असतात माझे. माझ्या एका मित्रानं तो पांढराशुभ्र शर्ट सिंगापूरहून आणला आहे माझ्यासाठी. मी घातला तेव्हा हिची मैत्रीणच म्हणाली, ''ए प्रदीप, आज अगदी स्मार्ट दिसतोयस! बायसेप्स वगैरे दाखवून आज मधूबरोबर स्पेशल हनीमून नाईट वाटतं?'' तेव्हा कुठे हिचं लक्ष त्या शर्टाकडे गेलं.

मधू म्हणाली, ''आम्ही दोघंही म्हणतो आहोत मूल नाही तोवर बदली करून घ्यावी. प्रमोशन घ्यावं. जरा दूर दूर राहिलं म्हणजे मग कदाचित एकमेकांबद्दल आकर्षण वाढेल. थोडासा नवखेपणा येईल. पूर्वीच्या बायका नवऱ्याला नित्य नव्या वाटायच्या की काय कुणास ठाऊक! सारख्या माहेरी-बिहेरी जाऊन राहायच्या ना! आणि सण, व्रतं, पाहुणे यामुळे दुरावा असायचा! आम्ही म्हणजे एकसारखे बरोबर बरोबरच!

सतत जवळ राहिलं, सहवास वाढला की प्रेम वाढतं असं म्हणतात. पण बेपर्वाई वाढते हे कळलं आणि जरासा धक्काच बसला. मन दुसऱ्या अनोळखी म्हणून आकर्षक जोडीदाराकडे ओढ घेतं का? एक मात्र खरं, पूर्वीच्या पिढीत असं नवऱ्याचं मन दुसऱ्या बाईकडे ओढ घेत असतं, तर ती पत्नी फार दुःखी झाली असती. इट इज जस्ट ए फ्लींग! म्हणून तिनं झटकून टाकलं नसतं किंवा एकदम डायव्होर्सवरही उतरली नसती. तिनं त्या संसारातच रडत, कुचंबणा सहन करीत दिवस काढले असते. मधू आणि प्रदीप त्यांच्या भाषेत 'करेक्टीव्ह मेझर्स' शोधताहेत ही गोष्ट चांगली म्हणायला हवी.

पण दूर राहून खरंच का काही सुधारणा होईल? मी, माझं सुख, माझा विकास, माझा चढता आर्थिक आलेख यापासून थोडंसं दूर जायला नको का? 'मी'च्या जागी 'आम्ही' यायला नको का? मधू आणि प्रदीपच्या अगदी विरुद्ध आणखी एक उदाहरण माझ्या पाहण्यात आहे. कामिनीचं दिल्लीला एक्सक्ल्युझिव्ह क्लॉथ्‌चं दुकान आहे. भरपूर प्राप्ती आहे. नवरा शासकीय सेवेत ज्येष्ठ स्थानावर! बदल्या पाचवीला पुजलेल्या. दोघं बहुधा स्वतंत्रच राहतात. आपला भरभराटलेला धंदा सोडून कामिनी लांब जाऊ शकत नाही. 'तो' प्रमोशन्स नाकारत नाही की नोकरी सोडत नाही. मुलांच्या शिक्षणासाठीही कामिनीला एका जागी वास्तव्य करणं भाग आहे. कामिनी स्पष्ट म्हणाली, " बुटीकची दुसरी ब्रँच मी ज्याच्या सहाय्यानं उघडली तो कित्येकदा माझ्या नवऱ्यापेक्षा मला जवळचा वाटतो. घरात नळ गळतोय, टीव्ही बिघडलाय इथपासून ते मुलांच्या हॉस्पिटलायझेशनपर्यंत काही लागलं तर तो धावत येतो. बुटीकच्या काळज्या दोघं मिळून शेअर करतो. कपडा वेळेवर पोहोचला नाही, सोनीपतहून कपडा यायचाय, पालीतणाहून खास भरतकाम केलेला माल वेळेवर कसा पोहोचेल या सगळ्यात तो सहभागी असतो. इंदर सुट्टीचा घरी आला तरी मुलांना उत्तम मार्क मिळाल्यावर मला हे पहिल्यांदा त्याला सांगावसं वाटलं, म्हणजे आम्हाला एकमेकांबद्दल शारीरिक आकर्षण वाटतं असंही नाही, पण तो मला सुखदुःखातला साथीदार वाटतो. कुणास ठाऊक इंदरलाही अशी मैत्रीण असेल. आता चाळिशीला आल्यावर पूर्वी जी शारीरिक ओढ वाटून नवरा घरी आला की, आम्ही सतत एकमेकांच्या सहवासात असू तेही उरलं नाही.

शारीरिक आकर्षण परिपक्व होत होत शेवटी मनं जुळावीत, सुखदुःखाचे खरे साथीदार व्हावे असं नवरा-बायकोच्या बाबतीत का होत नाही? लांब राहात असले तरी सुट्टीचं कधी त्यानं इकडे यावं, कधी हिनं तिकडे जावं, फोन-पत्रं यांची सतत देवाण-घेवाण असावी असंही का होत नाही?

याचं कारण कदाचित असही असू शकेल की, मुळात लग्न बऱ्याच उशिरा करण्याकडे मुला-मुलींचा कल वाढला आहे. शिवाय नवरा-बायकोच्या नात्यातल्या पायाभूत गोष्टी ते त्यांच्या परिस्थितीच्या संदर्भात नव्यानं तपासून पाहायला लागले आहेत. त्यांच्या एकमेकांकडून अपेक्षा वाढल्या आहेत. स्थिर आणि भक्कम अशी

आर्थिक आवक, घर, गाडी, महत्त्वाकांक्षी उद्योग, शिक्षण, परदेशवाऱ्या, आपल्याला आपल्या जोडीदारानं वेगळी 'स्पेस' मंजूर करणं, आपल्या पूर्ण वेळेवर किंवा उत्पन्नावर त्यानं हक्क न सांगणं, कामाची वाटणी बरोबरीनं करून घेणं, एकाला शिकायचं असल्यास दुसऱ्यानं आर्थिक भार उचलणं, एकमेकांच्या मित्र-मैत्रिणी स्वतंत्र असू शकतात, त्यांच्याबरोबर स्वतंत्र कार्यक्रम होऊ शकतात हे मंजूर करणं, आपल्या आवडीनिवडी स्वतंत्रपणे जोपासणं, एकमेकांच्या महत्त्वाकांक्षेआड न येणं, मुलांचं संगोपन जोडीनं करणं, अशा अनेक अपेक्षा या स्वातंत्र्य आणि व्यक्तिवाद यांच्या मार्गावरच्या आहेत. पण सहकार आणि साहचर्य यांच्यातच मुळी एकमेकांना समजून घेताना काही तडजोडी कराव्यात असं अभिप्रेत असतं. दोन पावलं तू पुढे ये दोन मी पुढे येते, उरलेली आपण जोडीनं चालू अशी सप्तपदी असते. तेव्हा या सगळ्या आकांक्षामध्ये कुठेतरी जोडीदारासाठी काही सोडणं, समजून घेणं हे बसलं नाही तर नातं कोरडं होऊन जातं.

आणखी एक नवीन प्रवाह आहे त्याला म्हणतात, 'डींक', म्हणजे डबल इन्कम नो किड्स! नवरा-बायको दोघांनी भरपूर कमवावं, संगतीनं राहावं, मौजमजा करावी. मुलांची जबाबदारी नकोच. महादेवन हा फिल्म एडिटर आहे. गीता, त्याची बायको एका प्रसिद्ध हवाई कंपनीत व्यवस्थापन सांभाळते. त्या दोघांचं आलिशान घर एका श्रीमंत वस्तीत आहे. खूप अभिरुचीसंपन्न अशी सजावट आहे. बाहेर बगीचा आहे, घरकामाला नोकर आहेत. त्यांनी मुलांची जबाबदारी आपल्या संसारात नकोच असं ठरवलंय. दोघांच्याही कामाच्या वेळा विवक्षित नाहीत आणि उशिरा लग्न केल्यानं होणाऱ्या मुलात दोष असण्याची शक्यता वाढते. स्वत:च्या महत्त्वाकांक्षा पूर्ण कराव्यात, उत्तम जगावं, मूल संसारात आवश्यक असतं असं आम्हाला वाटत नाही, असं त्यांचं म्हणणं आहे. मुलाला प्रदूषणयुक्त हवेत, प्रचंड स्पर्धेच्या जगात, वाईट राजकीय परिस्थितीत जन्माला कशाला घालायचं? त्याला नीट वाढवण्याकरिता आमच्याजवळ पुरेसा वेळ नसताना कुठंतरी क्रेशमध्ये ठेवून त्याला वाढवायचं, त्याला मग वाईट सवयी लागल्या की, निस्तरत बसायचं हे काहीच नको, असं आम्ही ठरवलंय. पण जात्याच माणसामध्ये आपलं अपत्य वाढवण्याची, मातृत्वाची, पितृत्वाची प्रेरणा असते. त्याचं काय? उतारवयात मूल, जावई किंवा सून, नातवंडं यांच्या ममत्वामुळे ते वय सुसह्य होतं त्याचं काय? या प्रश्नावर त्याचं उत्तर असं आहे की, मातृत्व-पितृत्वाच्या प्रेरणा या मूल जन्माला आल्यावर कार्यान्वित होतात. बाकी आपल्या मनानं चाकोरी स्वीकारलेली असते. एक मेंटल कंडिशनिंग असतं की, मुलाशिवाय - पेरेन्टस् झाल्याशिवाय आयुष्य अपुरं आहे. तुम्ही लग्न करा. मुलंबाळं जन्माला घाला - कष्ट करून वाढवा - त्यांनी नोकरी-चाकरी सुरू केली की, लगेच त्यांच्या लग्नाच्या गप्पा सुरू - हे सगळं चक्र कशाला चालू ठेवायचं? पुढल्या पिढीची मुलं आधार होतील असं वाटत नाही. त्यांचं कुटुंब, त्यांची प्रगती, त्यांचं स्वतंत्र आयुष्य यात ती गुंतलेली असतील. दोन हजाराव्या

वर्षानंतर सर्व जगात खुलेआम दळणवळण होईल. मुलं जगात कुठेही जाऊन संसार करू शकतात. आताच मुलं सोळाव्या वर्षी स्वातंत्र्य मागतात आणि लग्न होताच वेगळे राहतात. अजून वीस-पंचवीस वर्षांनी वेगळीच परिस्थिती असेल. आपल्या तब्येती उत्तम ठेवणं आणि समवयस्क, समविचारी मंडळींनी गट करून राहणं जास्त संयुक्तिक ठरेल!

लहान मूल आपल्या रक्तमांसाचा अंशज जगात आणणं, त्याला वाढवणं, त्याच्याकरिता स्वप्न पाहणं, निरपेक्ष प्रेम या गोष्टी या मंडळींनी आपल्या रोखठोक शैलीनं मोडीत काढल्या आहेत.

अत्याधुनिक आणि अतिशय उच्चभ्रू समाजात क्वचित आढळणारा प्रकार म्हणजे ओपन मॅरेज ! म्हणजे असं की लग्न तर करायचं, पण आपापल्या आयुष्यात दुसरा सखा वा सखी आली तर त्यांच्याबरोबर मिलनातला आनंद लुटण्याची मुभा किंवा स्वातंत्र्य दोघांना असावं. मन मोठं असावं. मत्सर नसावा. नवरा-बायकोनी मुलं निर्माण करावी, एकमेकांना आधार द्यावा; पण एकमेकांशी जखडून घेण्याची गरज नाही. तसं केलं की, एकमेकांविषयी राग, त्वेष अंगात भिनायला लागतो. नवरा-बायको एकमेकांचा द्वेष करायला लागतात. मुक्तपणा असला की प्रेम वाढीला लागतं. पार्टनर स्वॅपिंगचा म्हणजे जोडीदार बदलण्याचा जो प्रकार पाश्चात्त्य जगात बोकाळला होता त्याची ही सुधारित आवृत्ती! सगळा संयम सोडला की, स्थिर कुटुंब कुठून मिळणार? इतर जोडीदारांची स्थायी जोडीदाराशी तुलना होणार नाही का? मुलांना सुरक्षितता आणि कौटुंबिक प्रेम कुठून मिळणार? भारतातील एक प्रसिद्ध नृत्यांगना व मॉडेल आणि एक अभिनेता जो नंतर विदेशातील चित्रपटांमध्ये कामे करू लागला, यांनी ओपन मॅरेजचा प्रयोग करून पाहिला होता आणि दोघे नंतर विभक्त झाल्यावर तिनं कबुली दिली होती की, पहिल्यापासूनच केवळ विनाशाकडे नेणारा तो प्रयोग होता. आम्ही मूर्खासारखा तो केला आणि दोघांनीही प्रचंड मनस्ताप भोगला. मुलीवरही त्याचा वाईट परिणाम झाला.

हे सगळे विचार, प्रयोग जरा उच्चभ्रू समाजातले खरे, पण महानगरांमध्ये मध्यमवर्गीय, उच्च मध्यमवर्गीयांमध्ये ते झिरपायला लागले आहेत. शिक्षण आणि दळण-वळणाच्या प्रसाराबरोबर ते निमशहरी आणि शेवटी ग्रामीण विभागापर्यंत जाऊन झिरपतील. यातून विवाहसंस्थेला हादरे बसायला लागलेलेच आहेत. तसं पाहिलं तर या तऱ्हा वेगळ्या आहेत. पण सर्वांच्या मुळाशी स्वातंत्र्याचा हव्यास, पराकोटीची आत्ममग्नता, 'स्व' चा विचार आधी, आत्मविकासासाठी काहीही बळी गेलं तरी चालेल ही वृत्ती आणि स्वार्थ म्हणजे स्वार्थांधतेच्या पातळीवर पोहोचलेला! या गोष्टी आढळून येतात. प्रचंड स्पर्धेत टिकून राहण्याच्या धडपडीत आणि बुद्धीवादाच्या कर्कशतेच्या आवाजात प्रेम आणि हळूवार भावना पार दडपून गेल्या आहेत. वास्तव कोरडं आणि रखरखीत होतं आहे. माणसांमधली नाती रूक्ष व्यवहाराच्या ऐरणीवर आली आहेत.

पूर्वी एकत्र कुटुंबात व्यक्तित्वे दडपलेली होती. व्यक्तीच्या स्वभावानुसार, क्षमतेनुसार विकासाची संधी नव्हती. प्रेमाच्या, जबाबदारीच्या, कर्तव्याच्या दडपशाहीखाली कित्येक माणसांचं शोषण होत होतं. गुणी माणसं वाया जात होती. कुटुंबाचा आणि समाजाचा प्रचंड वेढा कित्येकदा माणसांना गुलाम करून सोडे.

आता चक्र उलटं फिरायला लागलं आहे. पूर्ण विरुद्ध दिशेला ते जायच्या आतच आपण ते थांबवायला हवं. सुवर्णमध्य, संतुलन, सुसंगता राखली जायला हवी. खरं तर शिवपार्वतीचं आदर्श युग्म आपण प्राचीन काळापासून पूजत आलेलो आहोत. एकमेकांच्या गुणांवर अनुरक्त होऊन विवाह, मिलन, शरीर मिलनातून मनोमिलन, प्रजोत्पादन, प्रेम, समाधान, तृप्ती आणि परमोच्च आनंद गाठणं हाच तर दांपत्य जीवनाचा, कुटुंब सुखाचा त्यांनी दाखविलेला मार्ग आहे. संकल्पना आहेच. विचार, उक्ती आणि कृती आपल्या हाती आहे. सुरेल वाद्यमेळातून झंकारणाऱ्या गीतासारखं कौटुंबिक समाधान झंकारू लागावं, समाजात ते पसरावं आणि निकोप समाजव्यवस्था पुन्हा एकदा जन्माला यावी असं आपल्या सगळ्यांनाच वाटतं, नाही का ?

∎

९

संवादाचा अभाव म्हणून विसंवाद

संशयाने फास टाकला आणि एक संसार बळी गेला,
हे नकोच. त्यापेक्षा संवादाचा पूल बांधू या!

विवाहबंधन म्हणजे रेशीमगाठ! ती सुटू नये एवढी घट्ट असावी, तुटू नये एवढी चिवट असावी अन् गळ्याला तात लागू नये एवढी सैलही असावी असं सगळ्यांना वाटतं. मुळात घटस्फोटाची घटना ही पती-पत्नींच्या मनात खूप मोठी जखम करतेच पण ती दोन्ही कुटुंबांनाही वेदना भोगायला लावते. मुलांचे हाल होतात. मानसिक स्वास्थ्य बिघडतं.

मानसशास्त्रज्ञ, समुपदेशक, वकील व विविध व्यक्तींशी बोलल्यानंतर घटस्फोटाला कारणीभूत ठरणाऱ्या काही ठळक गोष्टी लक्षात येतात.

आयुष्यविषयक दृष्टिकोनात मतभिन्नता

लग्न ठरविताना शिक्षण, कुटुंबाचं समाजातील स्थान, मुलाची मिळकत, घरदार या गोष्टी लक्षात घेतल्या जातात. पण उभं आयुष्य ज्याच्याबरोबर काढायचं त्या व्यक्तीला आयुष्य कसं जगावंसं वाटतं हे विचारात घेतलं जात नाही. सरिता ही एक अशीच मुलगी. श्रीमंत घर मिळालं. नोकरी करण्याची गरज उरली नाही. गरीब वस्तीत जाऊन समाजसेवा हाती घ्यावीशी वाटली. आपल्या कुटुंबाकडून यात मदत होईल असा तिला विश्वास होता पण पहिला विरोध नवऱ्यानं केला. दोघांच्या आयुष्यविषयक दृष्टिकोनात महदंतर होतं. अशा वेळी नवराबायको दोघांनीही एकमेकांना समजून घ्यायला हवं. बायकोने नवऱ्याच्या जगात आपली भूमिका काही अंशी बजावायला हवी आणि नवऱ्यानं बायकोला थोडी सूट देऊन तिच्या आवडत्या कामात कधीतरी स्वत: सहभागी व्हायला

हवं. असा समजुतदारपणा नसेल तर दोघांना एकत्र राहणं म्हणजे आयुष्याची केवळ फरपट ठरते.

सामाजिक, सांस्कृतिक परिस्थितीतील तफावत

बहुतेकदा प्रेमविवाहात अशी परिस्थिती असते. वागणं-बोलणं, अभिरुची, वाचन, मित्रमंडळी या सगळ्या गोष्टींमध्ये मोठी भिन्नता असते. लग्न करताना ही भिन्नता आपल्याला पेलवेल की नाही याचा विचार दोघांनाही करावा लागतो.

मुलगा श्रीमंत, सुशिक्षित पण खेड्यातला. मुलगी एका मोठ्या महानगरातली. धुमधडाक्यात लग्न लागलं. मुलाच्या गावी मोठं रिसेप्शन होतं. मुलीच्या वडिलांचे एक स्नेही रिसेप्शनला आले. त्यांनी मुलीला जवळ घेऊन पाठीवरून हात फिरवला. एवढ्या गोष्टीवरून सासरच्यांनी 'मुलगी चांगल्या चालीची नाही' म्हणून तिला ताबडतोब माहेरी पाठवून दिली. खरं तर वडिलांसमान असलेल्या गृहस्थांनी केवळ प्रेमाने आशीर्वाद दिला होता. पण स्त्री-पुरुषामधील वागण्याबोलण्यातला मोकळेपणा काही समाजात अजिबात खपत नाही. तिथे मोकळ्या वातावरणातली मुलगी किती जमवून घेणार? त्यांनी महानगरात येऊन वेगळा संसार थाटला असता तरच हे लग्न टिकू शकलं असतं.

कामजीवनातील असमाधान

स्त्रीला इच्छा नसताना बळजोरी करणं, विकृत मागण्या, शीघ्र वीर्यपतन, समागम करून लगेच पाठ वळवून झोपी जाणं, स्त्रीला अपेक्षित प्रेम न मिळता केवळ कोरडे लैंगिक संबंध या गोष्टी मनांमध्ये फार फट पाडतात. स्त्रीची पाळी बंदी होण्याच्या वेळी तिचा कामसुखातील रस कमी होऊ लागतो. अशावेळी तिनं साथ दिली नाही तर पतीची चिडचिड होते. सुदैवाने आज भारतातही लैंगिक विषयातील शास्त्रशुद्ध माहिती देणारे अनेक डॉक्टर्स कार्यरत आहेत. विवाहपूर्व समुपदेशनात या गोष्टींचा अंतर्भाव केलेला असतो. पतीपत्नींनी एकमेकांच्या गरजा समजून घेतल्या तर वैवाहिक जीवनातील विसंवाद दूर होऊ शकतात. मग विवाह विच्छेदापर्यंत जाण्याची गरज उरत नाही.

विशिष्ट अपेक्षेमुळे मत्सर वाटणे

समाजाने नवरा व बायकोचे आदर्श रूप निश्चित केलेले असते. नवरा हा घरातील कर्ता असतो. त्याने घरकाम करू नये, स्त्रीने चूल व मूल सांभाळावे ही स्त्री-पुरुषांच्या भूमिकेची आदर्श मानली गेलेली चौकट अजून शिथिल झालेली नाही. आपण मुलींना शिकवतो. व्यवसाय स्वातंत्र्य देतो. तरीही विवाह जुळवताना 'मुलगी मुलापेक्षा कमी शिकलेली असावी. ती नोकरी करणारी असावी, पण तिची कमाई ही फक्त जोडकमाई असावी. कमाईचा मुख्य स्रोत हा नवऱ्याचा नोकरी, उद्योग हाच असावा." ही भूमिका

समाजात स्थिर आहे.

नवरा आणि बायको दोघेही वकील. घरात मुख्य पैसा येई तो बायकोचा. तरीही घरकाम तिनेच करावे अशी अपेक्षा असे. स्वयंपाकाला बाई ठेवली तर त्यावरून टोमणे मारले जात. नातेवाईकांसमोर तिचा पाणउतारा करण्याची एकही संधी नवरा सोडत नसे. एके दिवशी तिच्याविरुद्ध अतिशय घाणेरडी पत्रे वकिलांमध्ये वितरित झाली. तिने डिटेक्टिव्हद्वारे हे प्रकरण खणून काढलं. ''न्यायाधीशांना शरीरसुख देऊन ही बाई केस जिंकते.'' अशी पत्रे वितरित करण्यामागे तिचा नवराच होता हे कळल्यावर मग नवरा-बायको एकत्र नांदणे अशक्यच होते.

समुजतदारपणा, जोडीदाराच्या क्षमतेचा स्वीकार आणि कौतुक या गोष्टी विवाह टिकण्यास अतिशय महत्त्वाच्या असतात.

शारीरिक त्रास, मानसिक छळ :

बायकोवर लहानसहान कारणाने हात टाकण्याची नवऱ्याची सवय असते. लहान सहान वाक्यांचा, शब्दांचा किस काढून तो वाकडेपणा धरतो. चेष्टा, विनोद सोडाच, साध्यासुध्या गोष्टीसुद्धा नवऱ्यासमोर बोलायला बायको घाबरते. चहा एवढ्यात कसा संपला? बटाटे एवढे महाग कसे? तुझ्या माहेरच्यांना एवढा मोठा आहेर कशाला केलास? कपडे स्वच्छ धुतलेले नाहीत. मला आज हवा होता तो शर्ट लाँड्रीला का गेला? असं प्रत्येक बाबतीत नवरा किंवा सासरचे बायकोला टोचू लागले तर तिला जिणं असह्य होतं. कित्येकदा बायकोला चटके देणे, चाबकाने मारणे, हातपाय बांधून ठेवणे यातून पुरुषांना विकृत कामसुखाची पूर्ती होते. अशा मानसिक ठेवणीच्या पुरुषांना मानसोपचार आणि समुपदेशाची गरज असते. आपलं काही चुकतं आहे हे त्यांनी समजून घेतलं नाही तर या विवाहांची परिणती घटस्फोटात होते.

विवाहबाह्य संबंध :

आजकाल पुष्कळदा स्त्री खूप वेळ घराबाहेर, तिच्या पुरुष सहकाऱ्यासोबत किंवा पुरुष त्याच्या स्त्री सहकाऱ्यासोबत असतो. कामाचे स्वरूप, समस्या, इतर सहकारी असं एक समान विश्व त्यांच्याभोवती निर्माण होतं. एकमेकांचे त्रासही ते चटकन समजून घेऊ शकतात. अशावेळी स्त्री-पुरुष एकमेकांकडे आकर्षिले जाऊन विवाहबाह्य संबंध प्रस्थापित होऊ शकतात. कधी एखाद्या अतिउन्मादक स्त्रीकडे पुरुष आकृष्ट होतो. नवरा किंवा बायको एकमेकांना पुरेसे कामसुख देऊ शकत नसले तरी विवाहबाह्य संबंध प्रस्थापित होतात. हे सर्व जोडीदार कुठपर्यंत खपवून घेईल? आपलं काही तरी चुकतं आहे, आपल्या पती वा पत्नीबरोबर आपण अधिक वेळ काढला पाहिजे, आपल्याला कामसुखाने आकर्षित करणारी स्त्री/पुरुष जन्मभराच्या सुखदु:खाचे वाटेकरी होऊ शकत

नाहीत हे समजून सुधारण्याची इच्छा असेल तरच एकमेकांना क्षमा करून विवाह टिकवता येतो. नाहीतर विवाहबाह्य संबंध उघड झाल्यावर परिस्थिती घटस्फोटापर्यंत येऊन ठेपते.

संशय, अविश्वास :

दोघांच्या मनात एकमेकांविषयी असलेल्या संशयाबद्दल मोकळेपणी बोलता येत असेल तर त्याचं निराकरण होऊ शकतं. पण कधी कधी संशय हे मानसिक विकृतीच्या पातळीला जातात.

एक नवरा त्रासून घटस्फोट घेण्यासाठी आला होता कारण त्याच्या बायकोनं त्याला भंडावून सोडलं होतं. एखाद्या मिटिंगला जायचं असताना लाल टाय लावला तर हा तुझा संकेत दिसतोय लाल टाय दिसला की तुझी मैत्रीण फिरायला येणार!'' असं म्हणून ती त्याला टाय बदलायला लावायची. ऑफिसमध्ये वेळी अवेळी यायची. सारखे फोन करायची. प्यूनकडे चौकशी करायची. ऑफिसमध्ये तो माणूस थट्टेचा विषय झाला होता. घरीही तो या प्रकाराला इतका कंटाळला की, त्याला बायकोबरोबर राहवेना. शेवटी घर सोडून तो गेस्ट हाऊसमध्ये राहू लागला.

संशयाची यादी अपार असते. सबंध जीवनच संशयांनी नासून जायला सुरुवात झाली तर तो विवाह टिकवणं अशक्य होतं.

एकमेकांचा व्यक्ती म्हणून आदर राखणे :

आपल्या जोडीदाराची इतरांसमोर चेष्टा करणे,तिची/त्याची मते बिनडोक असल्याचे बोलून हेटाळणी करणे. मोठ्या निर्णयांमध्ये एकमेकांना सहभागी न करणे या गोष्टी दुराव्याला कारणीभूत ठरतात. याबाबतीत खुला संवाद असावा किंवा घरातील एखाद्या मोठ्या माणसाने कानउघाडणी केली तरी चालते, पण अपमान, हेटाळणी हद्दीच्या पुढे जायच्या आधीच त्यांना आळा घालता आला तर सहजीवन व्यवस्थित जगता येतं नाहीतर घटस्फोटापर्यंत पाळी येते.

व्यसनाधीनता :

व्यसने लागण्याची कारणे काहीही असोत, ते पराकोटीला गेले की, माणूस कसलीच पर्वा करत नाही. घरातील वस्तू, दागदागिने गहाण पडतात. मारहाण, आरडाओरड नित्याची होते. स्वतःची तब्येत खालावत असतेच. हे वाढू लागलं की, मग व्यसनग्रस्ताबरोबर संसार करणं अशक्य होतं. आपलं व्यसन आपल्या कुटुंबावर नको तेवढा ताण आणत आहे, आपलं चुकत आहे, आपण यातून बाहेर पडायचा प्रामाणिक प्रयत्न केला पाहिजे अशी जोडीदाराला जाणीव झाली तर मग विवाह टिकवून धरण्याची उभारी दुसऱ्या जोडीदाराला येते. कुटुंबीयही मदत करू शकतात.

एकमेकांचे स्वतंत्र अवकाश :

बायको आणि नवरा एकमेकांना पूरक असले तरी ते दोन स्वतंत्र जीव असतात. त्यांना आपापले वेगळे छंद, मित्रमैत्रिणी असू शकतात. तेव्हा आपल्या जोडीदाराचे खासगीपण जपायला हवे. त्याच्या आयुष्यातील प्रत्येक मिनिटाचा हिशेब मागू नये. आपण त्याचे स्वामी किंवा स्वामिनी नव्हे हे लक्षात ठेवले नाही तर 'इतुके आलो जवळ जवळ की जवळपणाचे झाले बंधन' अशी अवस्था होते. यामुळे वैवाहिक जीवनात फार मोठी फट पडू शकते.

हे सगळे धोके वेळीच ओळखले आणि समजून घेऊन दोघांनी मिळून त्यावर मात करायचा प्रयत्न केले, काही चुका उदार मनाने माफ केल्या, प्रेमानं एकमेकांना आधार दिला तर जुळवून घेता येतं. पण या गोष्टी प्रमाणाबाहेर गेल्या तर मात्र त्या जोडीदाराबरोबर रडत, ओरडत, दु:खे सहन करीत भलता त्याग करीत जीवन काढणं अशक्य होतं.

(या लेखासाठी ॲड. सुप्रिया सरवटे, प्रख्यात समुपदेशक स्मिता भागवत, रंजना गुप्ता, काही तज्ज्ञ मंडळी व जाणत्या, अनुभवी व्यक्तींशी झालेल्या चर्चेचे योगदान लाभले.)

■

⟨१०⟩

पंचेचाळिशीची मानसिकता

स्त्री-व्यक्तिगत वयाची समस्या आणि मानसिकता
यांचा परस्पर-पूरक विचार होणे गरजेचे आहे

स्थित्यंतराला सामोरे जाण्याची आणि बदलत्या परिस्थितीशी जुळवून घेण्याची प्रज्ञा परमेश्वरानं प्रत्येकाला बहाल केलेली आढळते. कारण जगणं, टिकून राहणं, विकास घडवणं, नवनिर्मिती या सर्व पायऱ्यांमध्ये ती आवश्यक असते. थंडीत गोठून मरण्याऐवजी पक्षी स्थलांतर करतात. मऊ अंगावर कुणी हल्ला चढवू नये म्हणून गोगलगायी आणि काही मासे कठीण कवचाची घरं बांधतात. सरडे रंग बदलतात. बेडकं हायबरनेशनमध्ये जातात. माणसाच्या आतही तशी अंत:स्थ प्रेरणा असतेच. मात्र कित्येकदा आपण त्या हाकेकडे दुर्लक्ष करतो. खरं तर आपण आपल्या बुद्धीच्या सहाय्याने ती हाक अधिक सशक्त करायला हवी. हे सबलीकरण जाणीवपूर्वक करण्यासाठी आशावाद जोपासायला हवा.

स्त्रीच्या आयुष्यात अशी दोन मोठी स्थित्यंतरे येतात. त्या सुमारास तिच्यात शारीरिक बदल घडतात तसेच मोठे मानसिक बदलही घडून येतात. वयाच्या चौदा ते सोळाव्या वर्षांदरम्यान ती ऋतुमती होते. वेगवेगळे अंत:स्राव स्रवू लागतात. शरीराला वेगळं सौष्ठव प्राप्त होतं. मन उल्हासित होतं आणि खूप काही करण्याचा जोम अंगात असतो.

साधारणपणे पंचेचाळिशीनंतर ऋतुसमाप्तीचा काळ येतो. वेगवेगळ्या ग्रंथींचा स्राव कमी होतो. पुनरुत्पादनाची तिची क्षमता संपत आल्याने जननेंद्रिये आस्ते आस्ते मलूल होऊ लागतात. लैंगिक इच्छा ओसरू लागतात. शरीराचा डौल ओसरून शैथिल्य येतं. इस्ट्रोजेनचं प्रमाण कमी झाल्यावर संधिवात, योनीमार्गाची शुष्कता, अंग एकदम गरम

स्त्रीसूक्त | ५९

होणं, चेहरा लाल होणं वगैरे शारीरिक त्रासांबरोबर अनेक मानसिक लक्षणेही उद्भवतात. यात उदासीनता, नैराश्य, संशय, भीती, एकलकोंडेपणा, चिडखोरपणा, कामाकडे दुर्लक्ष, विसराळूपणा या गोष्टी प्रामुख्याने दिसून येतात. ह्या साऱ्या लक्षणांनी नकारात्मक भावविश्व निर्माण होण्याचा धोका असतो. ही सावध होण्याची वेळ असते. या स्थित्यंतराला यशस्वीपणे तोंड देऊन आपलं पुढलं आयुष्य कार्यशील, आनंदी, उत्साहीपणे जगणं, एवढंच नव्हे तर इतरांच्या आयुष्यात आनंद निर्माण करण्याचं काम स्त्री करू शकते. ह्या काळात सकारात्मक भावविश्व घडवण्याचं काम स्त्रीनं जाणीवपूर्वक करायला हवं. ह्या टप्प्याला बहुतेक वेळा स्त्रीच्या आयुष्यात एक प्रकारची पोकळी निर्माण होते. (अर्थात हे आपण सर्वसामान्यपणे शिक्षित, मध्यमवर्गीय, कनिष्ठ, मध्यमवर्गीय किंवा गावाकडील सुस्थित घरातील स्त्रियांबद्दल म्हणतो आहोत. जगण्याचा अहर्निश संघर्ष करावा लागणाऱ्या स्त्रीला सुद्धा घरात सुना वगैरे आल्या की मोकळेपणा येतो, त्याबरोबरच आपल्या हातून संसाराची सूत्रे निसटत चालल्याचा रितेपणा जाणवू लागतो.)

पंचेचाळिशीनंतर येणारी पोकळी :

या सुमाराला मुलं मोठी झालेली असतात. सतत त्यांच्यामागे जे व्याप सांभाळायला लागायचे ते कमी झालेले असतात. नवरे आपापल्या उद्योगात, नोकरीत वर चढत असतात. त्यांच्या जबाबदाऱ्या वाढलेल्या असतात आणि सहवासोत्तर प्रेम वाढलं तरी पूर्वीसारखा शारीरिक आकर्षणाचा आवेग उरलेला नसतो. टीव्ही, सिनेमा, महिला मंडळ आणि उच्चभ्रू वर्तुळातील किटी पार्ट्या वगैरेंनी ही पोकळी भरून काढण्याचा प्रयत्न केला तरी त्यातील निरर्थकता अंतर्यामी जाणवत असते. मन उदास होतं. वैफल्य येतं, पण काहीतरी रचनात्मक, विधायक गोष्टी करून आयुष्याला सकारात्मक वळण देत आनंदी जीवन जगणाऱ्या कितीतरी स्त्रियाही आपल्या आसपास आढळतात.

कित्येक वर्षांपूर्वी रीडर्स डायजेस्टमध्ये सुझान नावाच्या स्त्रीची एक हकिकत वाचल्याची आठवते. मुलं मोठी झाली. धाकट्या मुलालाही शाळेची बस घेऊन गेली की, सुझान एकदम मोकळी होऊ लागली. तिची एका छोट्या स्टोअर्समध्ये नोकरी होती. ते स्टोअर विकलं गेलं आणि नोकरीही गेली. नवऱ्याची कमाई उत्तम होती. आर्थिक ददात नव्हती. नवरा शनिवारी नेमानं गोल्फ क्लबवर जात असे. रविवारी त्याला टीव्ही बघायला आवडे. त्याचं वाचनही असे. इतके दिवस हे सगळं निर्विघ्न चाललेलं होतं. आता सुझान वैतागू लागली. नवऱ्यावर चिडू लागली. तिचं डोकं वेळी-अवेळी दुखे. नवऱ्याचं आपल्याकडे लक्ष नाही असा ती त्याच्यावर आरोप करू लागली. त्यानं तिला बाहेर नेण्याची तयारी दर्शविली की हमखास तिचे डोकं दुखे, घरात काम असे किंवा मूड नसे. हिच्याशी कसं जमवून घ्यावं ते त्याला कळेना. एक

दिवस तो घरी आल्या आल्या सुझाननं भांडायला सुरुवात केली. मुलंही या रोजच्या भांडणांना कंटाळली होती. ती वैतागून आईला बोलत आणि सुझान रडत राही. मुलांना आपली किंमत नाही, नवरा त्यांना फितवतो असं तिला वाटे. त्या दिवशी मात्र नवरा म्हणाला, ''सुझान, हल्ली मला घरी यायचीच भीती वाटते. या घराच्या आत थंडपणा असतो किंवा भांडणांचा रखरखीत जाळ! हे घर उरलंच नाही. इथं जे प्रेम, ऊबदारपणा, विश्रांती मिळायची ते सगळं संपलंय.''

त्या बोलण्यानं सुझान चरकली. तिचा आवेश ओसरला. आपलं काहीतरी फार चुकतंय याची तिला जाणीव झाली. आपण काय करायला हवं? कुठे बदलायला हवं याचा ती विचार करू लागली आणि इथून तिच्या मनानं सकारात्मक वळण घेतलं. दुसऱ्या दिवशी सकाळी सगळेजण आपापल्या उद्योगाला गेल्यावर ती मनाशी विचार करू लागली. जो तो आपल्याला आवडेल त्यात रमतो आहे. ज्यात आनंद वाटेल ते करतो आहे. मला काय हवंय? काय करायचंय? काय काय इच्छा अपुऱ्या राहिल्या आहेत? तिनं कागद पेन्सिल घेतली आणि आपल्याला जे करावसं वाटत होतं पण संसाराच्या धबडग्यात करायचं राहून गेलं होतं त्यांची तिनं यादी केली. आता या टप्प्याला आपण काय करू शकतो त्या मुद्द्यांवर खुणा केल्या. काही काही गोष्टी करणं अशक्य होतं म्हणजे तिची एक इच्छा अशी होती की, एव्हरेस्टवर उभं राहून दोन्ही हात उभारून आकाशाला कवेत घ्यावं, अशा काही काही गोष्टी बाद केल्यावर उरलेल्या गोष्टींची तिनं अंतिम यादी तयार केली आणि गमतीची गोष्ट म्हणजे पुढल्या पाच वर्षांत तिनं त्या यादीतील बहुतेक गोष्टी केल्या होत्या. ती गाणं शिकली. चर्चमध्ये कधी प्रार्थना म्हणू लागली. ग्लास पेंटिंग शिकली. मुक्या-बहिऱ्या मुलांची हातांच्या हालचालीने करता येण्याजोगी भाषा शिकली. आपल्या आठवणीचं एक पुस्तकं लिहिलं आणि ते प्रकाशित करायला एक प्रकाशक तयार झाला. आर्ट ॲप्रिसिएशनचे छोटे कोर्स केले. डोकं दुखणं, विसराळूपणा, चिडचिड या साऱ्या गोष्टी या काळात नाहीशा होत गेल्या. तिला प्रवास करायचा होता. नवऱ्याला सुट्टी नव्हती. तेव्हा युरोपचा प्रवास तिनं एकटीनं केला. तिचं गबाळं राहणं संपलं. बोलण्या-चालण्यात डौल आला. आत्मविश्वास आला. तिनं जणू कात टाकली. तिच्या आयुष्यातला आनंदाचा झरा वाहता झाला.

पंचेचाळिशीनंतर लायब्ररी सायन्सची डिग्री घेऊन आपल्या आवडत्या पुस्तकांच्या सहवासात नोकरी करणाऱ्या एक बाई नुकत्याच रिटायर झाल्या आणि त्यांनी वाचनालय काढलं. चाळिशीनंतर पीएच.डी.चा अभ्यास करून डॉक्टरेट मिळविणाऱ्या, अभ्यास करणाऱ्या समाजोपयोगी कामं उभारणाऱ्या, ग्राहक चळवळ, पर्यावरण चळवळ, वाचन चळवळ चालविणाऱ्या बायका आत्मविकासाबरोबर समाजाचाही विकास घडवीत असतात. अगदी पाळणाघर चालविणाऱ्या किंवा घरगुती जेवण पुरविणाऱ्या बायकासुद्धा

समाजातील नोकरदार स्त्रियांना फार आश्वस्त करीत असतात. ही सगळी ऊर्जा सकारात्मक भावस्थितीमुळे कार्यप्रवण होते. ती तशी करणं आपल्याच हातात असतं. भावनांमधून विचार निर्माण होतात तसेच योग्य विचारांनी चांगली भावस्थितीही निर्माण होते. आपल्याला जगण्यासाठी कितीतरी हेतू दिसू लागतात.

वाढत्या वयाच्या पाऊलखुणा :

पंचेचाळिशीनंतर आपलं प्रौढत्व हळूहळू सरून आपला प्रवास आता उताराकडे चालू झालेला लक्षात येऊ लागतो. शरीराचा डौल आणि सौष्ठव कमी होतं. केसात पांढऱ्या तारा चमकू लागतात. बायका असं म्हणतात की, पूर्वी पन्नास माणसांचा स्वयंपाक मी एक हाती करायची, किंवा नणंदेचं लग्न मी एकटीनं यथास्थित पार पाडलं. आता मला हे झेपत नाही. म्हणजे कामाची गती कमी होते किंवा आत्मविश्वास कमी होतो. त्यामुळे असुरक्षितता किंवा भीती मनात प्रवेश करते. कामाच्या ठिकाणी किंवा घरातही तरुण स्मार्ट मंडळींविषयी एक प्रकारचा राग मनात साठून राहतो किंवा मग सारख्या ब्युटीपार्लरच्या वाऱ्या करणं, हाताशी पैसा असो नसो आधुनिक कपडे खरेदी करणं, जिममध्ये जाणं (आणि मग दुप्पट खाणं) असे प्रकार सुरू होतात.

माझ्या एका जवळच्या नात्यातल्या तरुण मुलीकडून ऐकलेली हकिकत विलक्षणच आहे. अमिता एका कंपनीच्या सेल्स विभागात लागली तेव्हा तिथे बरोबरीने काम सांभाळणाऱ्या एक वरिष्ठ बाई होत्या. अमिताला थोडं आश्वस्त वाटलं. आता त्यांची मदत होईल. अनुभवाचा फायदा होईल, आपल्याला एक वडीलधाऱ्या स्त्रीचं संरक्षण मिळेल असं वाटलं पण झालं उलटच! अमिताच्या कपड्यांवर, चालण्याबोलण्यावर सुनीताबाई अप्रत्यक्ष टोमणे मारत. बॉसनं बोलावलं की सुनीताबाईंची नजर रोखलेली असे. अमिताच्या कामावर खूश होऊन बॉसनं महिन्याच्या मीटिंगमध्ये त्याचा उल्लेख केला तेव्हा अमिताच्या अपरोक्ष त्याबद्दल सुनीताबाई म्हणाल्या, "घरची जबाबदारी नाही त्यामुळे ऑफिसमध्ये लष्करी भाकऱ्या भाजायला जमतं. पिझ्झे आणि केक मागवत टवाळक्या करत उशिरापर्यंत थांबून कामं करायची. पुरुष सहकाऱ्यांशी हसत-खिदळत टाळ्या देत-घेत राहायचं. हे ह्या पोरींना जमतं. करायचंय काय असलं काम करून. त्यातून काही मेडल मिळणार आहे की वरची पोस्ट मिळणार आहे? आपल्याला दिलेलं काम निमूट करावं. गप्प बसावं. ते नाही!" हे अमिताच्या कानांवर गेल्यावर तिला फार वाईट वाटलं. नंतर अमिताच्या कामावर खूश होऊन बॉसनं तिला इन्सेटिव्ह जाहीर केल्यावर सुनीताबाईंनी उघडच अमिताशी असहकार पुकारला. काही दिवसांनी अमिताच्या घरी निनावी पत्रे येऊ लागली. विवाहित बॉसच्या जाळ्यात अमिता अडकते आहे. तिला या कंपनीत ठेवू नका. वगैरे गोष्टी त्या पत्रांमध्ये असत. अमिताचे आई-वडील हादरले. अमिताला सुनीताबाईंचा संशय येत होताच. एक दिवस ऑफिसमध्ये

तिनं या गोष्टींची सुनीताबाईंचं नाव न घेता उघड चर्चा केली आणि आपण हे प्रकरण पोलिसात देऊन शिवाय प्रायव्हेट डिटेक्टिव्ह लावणार असल्याचं जाहीर केलं. त्यानंतर सुनीताबाई एकाएकी रजेवर गेल्या. मग त्या खूप आजारी असल्याचंही कळलं. अमिताला त्यांची दया आली. आपल्या समुपदेशक मैत्रिणीला घेऊन ती त्यांच्या घरी गेली. तिनं त्यांना म्हटलं, ''मी तुमच्याकडे मोठ्या अनुभवसिद्ध स्त्रीचा आधार म्हणून आशेनं बघत होते. माझं काही खूप चुकलं का? मी तुम्हाला दुखावलं का?'' त्यावर सुनीताबाई रडू लागल्या. त्यांची असुरक्षितता, भीती, मत्सर सगळ्या भावना त्यांच्या त्यांना ओळखायला समुपदेशिकेनं मदत केली. आपण प्रौढपणी सुंदर दिसू शकतो. वाचन, सामान्यज्ञान, वागण्यातील मृदुता, सौजन्य, कामाची तत्परता, टापटीप राहणी आणि चेहऱ्यावरचं समाधान, प्रसन्नता ह्या गोष्टींनी व्यक्तिमत्त्व उठावदार होतं. आपलं शरीर जरी तरुण राहत नसलं तरी मेंदू कधीच वृद्ध होत नाही हे शास्त्रीय सत्य आहे. प्रौढ व्यक्तींनी तरुण व्यक्तींशी स्पर्धा न करता दोघांनी हातात हात घालून काम केलं तर दोघांच्या वयानुरूप ऊर्जा, अनुभव, निर्णयशक्ती इत्यादींचा गुणाकार होऊन काम अधिक चांगलं होतं हे त्यांच्या लक्षात आलं. त्यानंतर सुनीताबाईंच्या जीवनात गुणात्मक फरक पडत गेला. त्यांच्या ब्युटीपार्लरच्या वाऱ्या आणि तुफान कपडे खरेदीही थांबली. आपलं सौंदर्य आणि शक्ती कशात आहे हे या वाढत्या वयात लक्षात घेतलं की नैराश्य, मत्सर, असुरक्षितता, अकारण भीती या नकारात्मक वृत्ती दूर करून तिथे सहकार, आनंद, वयानुसार विकास अशा सकारात्मक गोष्टी प्रस्थापित करता येतात.

काही मानसिक समस्या :

औदासिन्य (डिप्रेशन) ही ऋतुसमाप्तीच्या वेळी सतावणारी मोठी समस्या असते. स्त्री म्हणून आपली प्रसवशक्ती संपल्याची खंत जरी हल्लीच्या स्त्रियांना त्रासदायक ठरत नसली तरी आदिकाळापासूनचे मनोबंध परंपरेने पुढे सरकत आलेले असतात. शक्ती ओसरत चालली, देखणेपण कमी झालं. शरीर बेडौल झालं. चापल्य उरलं नाही अशा गोष्टींचा विचार केला जातो. आपल्या जवळ काय आहे आणि कसला विकास झाला आहे याचा विचार करण्यापेक्षा आपण काय गमावतो आहोत त्याचं दुःख, रूखरूख मनाला टोचत राहते. माझ्याशी खूप चांगली मैत्री असलेल्या एका व्यक्तीची हकिकत विलक्षण आहे. दिसायला छान. सुंदर केस, सुरेख आवाज असलेल्या तिनं शाळेत बावीस वर्षे नोकरी झाल्यावर व्हॉलेंटरी रिटायरमेंट घ्यायची ठरवली. शाळेत खूप काही मतभेद झाले. तिचा चिडचिडेपणा आणि अवेळी येणारा रागही नडला आणि तिनं पटकन हा निर्णय घेऊन टाकला. घरात सुबत्ता होती. मुले हुशार होती. कॉलेजमध्ये होती. नवऱ्याची उत्तम नोकरी होती. तिच्या या निर्णयाला नवऱ्यानं पाठिंबा दिला.

सात-आठ महिने गेले असतील. एक दिवस तिचा नवरा संध्याकाळी अचानक आमच्याकडे आला. ह्यांना आणि मला तो म्हणाला, ''मला तुम्हाला काही सांगायचंय.'' त्यानं जे सांगितलं त्यानं आम्ही हादरून गेलो. तिचा संशय प्रमाणाबाहेर वाढला होता. आपल्या नवऱ्याचं बाहेर अफेअर असल्याचा तिला सारखा संशय यायचा. शेजारच्या मुलांची शाळेत जायची आणि त्याची कामावर जायची एक वेळ असायची. शेजारची बाई नेहमी मुलांना सोडायला खाली यायची. ती मुद्दाम वेळ साधते. तुमच्याशी बोलते. संकेत करते. दुपारी नटून बाहेर पडते तेव्हा तुम्हालाच भेटते. मी काय आता म्हातारी झाले. तुम्हाला नवीन बाई मिळाली. वगैरे तिचे आरोप सतत सुरू असायचे. ऑफिसमध्ये तिचं वेळी-अवेळी फोन करून चौकशी करणं त्यांच्या सहकाऱ्यांमध्ये चेष्टेचा विषय झाला होता. मुलांवरही ती चिडचिड करायची. माझा, माझ्या मैत्रिणीचा फोन गेला आणि तो त्यानं उचलला, चार गप्पा केल्या तरी तिला राग यायचा. तो वैतागानं म्हणाला, मला खरोखर आता असह्य होत चाललंय. बरं डॉक्टरकडेही यायला 'ती' राजी नाही. मला वेडी ठरवून डायव्होर्स द्यायचा असेल, असा आरोप करते.

आता खरोखर मला डायव्होर्स घ्यावासा वाटतो. तिचा हा संशय प्रमाणाबाहेर वाढला होता त्यामुळे दोघांचं आयुष्य तिनं दुःखी केलं होतं. नंतर सगळ्यांनी, विशेषतः तिच्या आईनं पुढाकार घेऊन तिला सायकॅट्रिस्टकडे नेलं आणि मग हळूहळू तिचं गाडं रुळावर येऊ लागलं. हे जरी एका टोकाचं उदाहरण असलं तरी आपण आता चांगल्या दिसत नाही असा न्यूनगंड कित्येक जणींना येतो. त्यातून नवऱ्याच्या जाण्या-येण्यावर पाळत ठेवण्याचा नको तो छंद बऱ्याच जणींना जडतो. आयुष्याच्या या टप्प्याला आपल्या

कार्यालयात चांगल्या स्थिरावलेल्या बायकांनाही नवऱ्याचं, मुलांचं आपल्याकडे लक्ष नाही, आपल्यावर कुणाचं प्रेम नाही असं वाटू लागतं. त्यातून जर ऋतुसमाप्ती झाली असेल तर एक प्रकारचा मोकळेपणा आलेला असतो. आणि स्त्री जर दुःखी वाटली तर पुरुष सहकारी अधिक सहानुभूतीनं वागतात. त्यामुळे पुरुष सहकाऱ्यांशी मैत्री वाढते. आपण आपल्या मित्रासाठी अधिक आकर्षक दिसावं म्हणून प्रसाधन कसोशीनं केलं जातं आणि संसारातील रस कमी होऊ लागतो.

या उलट संसारात आता आपलं काय उरलं, आपलं आता वय होत चाललं म्हणून काही स्त्रिया अध्यात्माकडे वळतात. मनाच्या नाजूक अवस्थेत एखाद्या बाबा-बुवाच्या भजनी लागणं आणि आपण अध्यात्मात फार पुढे गेलो आहोत असा गैरसमज करून घेऊन त्या धारेत वाहत जाणं, घराकडे दुर्लक्ष करून मठात तासन् तास घालवणं घडतं. मनाचं संतुलन आणि वास्तवाची जाणीव या गोष्टी जीवनाच्या केंद्रापासून ढळल्या तर अशा अनेक समस्या उद्भवतात. आपण वयाच्या कोणत्या टप्प्याला आहोत. आपण काय केलं आहे आणि यापुढे काय करायचं आहे. आपल्या कुटुंबीयांकडून आपल्याला कशा प्रकारची वागणूक अभिप्रेत आहे त्याबद्दल आपण त्यांच्याशी संवाद साधतो आहोत का? त्यांना आपल्याबद्दल काय वाटतं या सगळ्याचा सारासार विचार आपल्याला सकारात्मक जीवनदृष्टी देऊ शकते. आपण चिडल्यावर, संशय आल्यावर, दुर्लक्षित आहोत, आपल्यात काही कमतरता वाटल्यावर ती भावना मनात रुजवून जोपासत न राहता तिथल्या तिथे त्याबद्दल विचार करणं आणि विवेकी निर्णय घेण्यानं पुष्कळदा नकारात्मक भावनांचा आणि वर्तन दोषांचा निचरा होऊ शकतो.

नवरा-बायकोच्या लैंगिक इच्छांमध्ये पडणारी तफावत

नवरा-बायकोंनी एकमेकांच्या लैंगिक इच्छा स्पष्टपणे बोलून काही गोष्टी जुळवून घेऊन जोडीदाराची आवड-नावड याचाही विचार करून संबंध नेटके राखण्याला आज मानसशास्त्रज्ञ आणि लैंगिक समस्यांचे समुपदेशक डॉक्टर्स फार महत्त्व देतात. डॉ. जे. व्ही. भट्ट हे फार मोठे तज्ज्ञ डॉक्टर्स (मेडिकल कॉलेजचे डीनही होते) त्यांनी या क्षेत्रात समुपदेशनाचं काम सुरू केलं तेव्हा त्यांना आढळलं की, या एका गोष्टीचं नीट व्यवस्थापन न झाल्याने अनेक जोडप्याचं आयुष्य यातनामय झालं होतं. त्यांच्या मताने उतारवयात विशेषत: ऋतुसमाप्तीनंतर स्त्रीच्या लैंगिक इच्छा स्वाभाविकपणे ओसरू लागतात. अपत्यांचं नीट पालनपोषण करणं व त्यांना सुरक्षित आणि लाभदायक वातावरणात वाढवणं हा स्त्रीचा अग्रक्रम असतो. त्यामुळे मुले झाल्यावर तिच्या लैंगिक इच्छा कमी होऊ लागतात. अपत्य संभवाची तिची शक्ती ओसरल्यावर तर अपरिहार्यपणे ही इच्छा कोमट होते. पण स्पर्श, प्रेम, जवळीक, माया यांची गरज वाढते. उलट पुरुष हा नर असतो आणि शुक्रजंतूंची पैदास अगदी सत्तरीपर्यंत होत असते. आपले शुक्रजंतू

अधिकाधिक ठिकाणी पोहोचवून वंशविस्तार करण्याकडे नराचा कल असतो. त्यामुळे त्याची लैंगिक इच्छा पूर्वीच्या मानाने कमी झाली, आक्रमकता ओसरली तरी इच्छा असतेच. स्त्रीचा योनीमार्ग शुष्क होऊ लागल्याने तिला समागमाचा त्रास होऊ लागतो. ते सगळं नकोसं वाटतं आणि मग दोघांमधली दरी रुंदावते. त्यातून अनेक मानसिक गंड उद्‌भवतात. भीती, असुरक्षितता निर्माण होते. कित्येकदा पत्नीला त्रास होईल म्हणून पुरुष स्वत: पत्नीपासून जाणीवपूर्वक दूर राहू लागल्याने पूर्वीचा उबदारपणा, हास्यविनोद, एकमेकांकडून असणाऱ्या अपेक्षा हे सगळं ओसरतं. नेमकी प्रेमाची गरज असते त्यावेळी स्त्रीच्या वाट्याला कोरडेपणा येतो. अशा वेळी डॉक्टरचा सल्ला घ्यायला हवा. योग्य ते औषधोपचार करायला हवेत. पतीजवळ आपल्या अडचणी स्पष्टपणे सांगायला हव्यात. पती-पत्नीमधील संबंध थोड्या अंतराने का होईना होत राहिले तर स्त्रीची मनोभूमिका मिलनासाठी तयार होते. नैराश्य दूर होतं. शरीरातील काही ग्रंथी कार्यप्रवण राहतात. उत्साह कायम राहतो. पतीपत्नीमधलं प्रेमही कायम राहातं. दोन पावलं तू पुढे ये, दोन पावलं मी पुढे येते, आपण एकमेकांच्या गरजा समजून घेऊ आणि त्यानुसार आयुष्याचं व्यवस्थापन करू अशी पतीपत्नीची भूमिका जगण्याला सकारात्मक दिशा देते. हार्मोन रिप्लेसमेंट थेरपी, काही क्रीम्स, विशिष्ट दिवशी जाणीवपूर्वक एकमेकांच्या जवळ येण्याचे संकेत अशा अनेक गोष्टी डॉक्टर्स, समुपदेशक तज्ज्ञ सांगू शकतात. फक्त या गोष्टींसाठी डॉक्टरकडे जाण्याची आपल्याकडील जोडप्यांची तयारी नसते. 'उतार वयात या भलत्या गोष्टीकरता डॉक्टरकडे जाणं किती लज्जास्पद आहे' ही मनोधारणा टाकून दिली पाहिजे. त्रास आणि समस्यांसाठी उपचार आणि सल्ला घेण्यात लाज वाटता कामा नये. समुपदेशनाचं कार्य करणाऱ्या स्मिता भागवतही म्हणतात की, ''ही तफावत दूर करण्यासाठी जी जोडपी झटतात त्यांचं जीवन अधिक आनंदी होतं. ते एकमेकांना नीट समजून घेऊ शकतात. त्यांच्यामधील जिव्हाळा आणि प्रेम दृढ होतं आणि स्त्रीला फायदा नक्कीच होतो.

शारीरिक आजार आणि त्रास

ऋतुसमाप्तीच्या आधीच्या काळात खूप रक्तस्राव होणं, दोन-तीन महिन्यांनी पाळी आल्यावर जाड गाठीसारखं रक्त जाणं, खूप कंबर दुखणं, डोकेदुखी, सांधेदुखी, झोप कमी होणं, अंग बाहेर येणं, सूज, वजन वाढणं, फायब्रॉईड झाल्यानं गर्भाशय काढून टाकण्याची शस्त्रक्रिया, बीजांडकोशांचा किंवा स्तनांचा कर्करोग अशी शारीरिक दुखणी किंवा व्याधी या सुमाराला उद्‌भवू शकतात. या सर्व गोष्टी बऱ्या होऊ शकतात. त्यासाठी मला बरं व्हायचं आहे. या पुढील आयुष्य सक्षमपणे आणि क्रियाशीलपणे जगायचं आहे असा निश्चय मात्र करायला हवा. दृढ इच्छाशक्ती आणि चिकाटी या सकारात्मक भावविश्वाचे महत्त्वाचे घटक आहेत. त्या व्याधीकडे दुर्लक्ष केलं आणि आता हे असं

व्हायचंच म्हणत सहन करीत गेलं तर दुखणी वाढतात. त्याचा त्रास शेवटी आपल्यालाच होतो. दुखण्यांचा बाऊ किंवा अवडंबर न माजवता औषधोपचार करून घेणं, त्याच बरोबर रोज फिरायला जाणं, थोडासा व्यायाम, योगासनं आणि श्वासनियंत्रण यापैकी जे जमेल ते करणं महत्त्वाचं असतं. त्यामुळे स्नायू दुर्बल किंवा शिथिल होण्याची क्रिया मंदावते. या वेळी सी, ई व्हिटॅमिन, हाडांना मजबुती देणारं कॅल्शियम, दूध, दही, फळं, कोशिंबिरी, भाकरी, मोडाची कडधान्ये या सर्व गोष्टी शरीरात योग्य प्रमाणात जायला हव्यात. खेड्यातसुद्धा दारात पपई, अळू, केळी, पेरू असतात. कोंबड्या, गायी, बकऱ्या असतात. या सर्वांपासून मिळणाऱ्या गोष्टी संपूर्णपणे न विकता घरातील स्त्रियांनी स्वत:साठी त्याचा थोडातरी उपयोग करायला हवा. योग्य आहारविहाराचं महत्त्व आपल्या पूर्वजांनी फार पूर्वीपासून सांगितलेलं आहे. आपण आपल्या गतिमान जगण्यात ती महत्त्वाची तत्त्वे दुर्लक्षित केली. त्यांचा पुनर्विचार या सुमारास करायला हवा. आत्ताशी कुठे आयुष्याची दुपार उलटली आहे. अजून सायंकाळ यायची आहे. मन आणि शरीर अजून उत्साही आहे आणि थोडा निवांतपणा लाभला आहे. हा काळ खूप आनंदाचा जाणार आहे. त्यासाठी मी 'अमुक अमुक' करणार आहे असा संकल्प मनाशी वारंवार उच्चारला पाहिजे.

पंचेचाळिशीनंतरच्या सुखद, सकारात्मक जीवनासाठी पुढील गोष्टी करा –

- व्ही.आर.एस. घेणाऱ्या, गृहिणी असणाऱ्या किंवा घरातील कामातून पुष्कळशा जबाबदाऱ्यांमधून मोकळेपणा मिळणाऱ्या स्त्रियांनी छंद लावून घेणं, कला जोपासणं, मैत्रिणींबरोबर मोकळेपणी बोलणं, वाचन अशा अनेक गोष्टींनी आयुष्य समृद्ध केलं पाहिजे.
- आपलं सौंदर्य ओसरलं नाही. प्रौढ, संयत सौंदर्य आपल्याला लाभलं आहे, ही भावना मनाशी बाळगायला हवी. काहीतरी साध्य करणाऱ्या स्त्रियांच्या आत्मविश्वासामुळे आंतरिक समाधानामुळे त्या छान दिसतात.
- योगासने, थोडा जलद फिरण्याचा व्यायाम मन उल्हासित तरतरीत ठेवतो.
- त्वचा लवकर शुष्क होते. म्हणून थोडी वाफ घेऊन किंवा पाण्याने हातपाय, चेहरा धुऊन, तिळाचं तेलं, क्रीम, साय, खोबरेल तेल यापैकी जे उपलब्ध असेल त्याने आपणच आपल्याला मालीश करून घ्यावं. नंतर दोन तासांनी अंघोळ करावी.
- केस शक्यतो डाय करू नयेत. मेंदीचा वापर करावा. वाटलं तर केस कापून जरा स्मार्ट व्हायला हरकत नाही. एखादी प्रौढ स्त्री रुपेरी केसांनी आत्मविश्वासाने वावरते तेव्हा ती सुंदर दिसते.
- आपल्या आरोग्याबद्दल आपण सजग राहण्याची ही वेळ असते. अन्नातून ऊर्जा प्राप्त होते. त्यातून काहीतरी करण्याचं बळ मिळतं आणि त्यामुळे आत्मविश्वास,

आत्मप्रतिष्ठा प्राप्त होते. हे सगळं फार महत्त्वाचं असतं.

- कॅल्शियम आणि व्हिटॅमिन्सही डॉक्टरांच्या सल्ल्याने नियमित घ्यावी.
- फार गोड, तेलकट, खारट खाणं टाळावं. कधीतरी तीही गंमत अनुभवायला हरकत नाही. पण भजी, वडे, आइस्क्रिम किती खायचं त्याचा विचार हवाच.
- मुलांचं विश्व आणि आपलं विश्व यात तफावत पडते. त्यांचे कपडे, त्यांची भाषा (उदा. सही, फंडू, यो) त्यांचा अमाप उत्साह या सगळ्यांशी जुळवून घ्यायला हवं. त्यांच्यावर येता-जाता टीकास्त्र सोडणं टाळायला हवं. घरातल्या सगळ्यांनी मिळून टीव्हीचा एखादा कार्यक्रम बघणं, सिनेमा बघणं, मुलांबरोबर खरेदीला जाणं, त्यांच्यासाठी सरप्राईज प्रेझेंटस आणणं, सगळ्यांनी सहलीला जाणं याचं नियोजन करायला हवं.
- आपण एखादी गोष्ट निश्चयानं करायची ठरवली तर करता येते. दोनदा बायपास झालेल्या बायका गिर्यारोहणाला जाऊ शकतात. पंचेचाळिशी पार केलेल्या स्त्रिया पीएच.डी. होऊ शकतात. नृत्य शिकू शकतात. पेंटिंग करू शकतात. आपणही ते करू शकतो.
- चांगल्या समवयस्क मैत्रिणी असणं या काळात फार आधारभूत ठरते.
- आपल्या जोडीदाराशी सतत संवाद हवा. त्याच्या अपेक्षा जाणून घ्यायला हव्यात.
- आपल्यातील कमतरतेची पूर्ती करता येईल का हे बघायला हवं. आपल्याला काय होतंय ते त्याला सांगायला हवं.
- एखाद्याची चीड आली की क्षणभर थांबा. त्या माणसाच्या ठिकाणी आपण आहोत अशी कल्पना करा. दुसऱ्या कोणत्याही गोष्टी आपल्याला दु:ख किंवा त्रास देऊ शकत नाहीत. आपणच आपल्याला त्रास देत असतो. आपण जर समाधानी आणि प्रसन्न असू तर त्रास कमी होईल.
- औषधोपचारात हयगय नको. मेडिक्लेम काढायला हवा. आरोग्यासाठी वेगळी बचत आधीपासून करायला हवी.
- नैराश्य येतं आहे असं वाटलं, संशयाचं प्रमाण वाढलं आहे, अतिस्वच्छता करण्याकडे कल होतो आहे, सारखा संताप येतो किंवा रडू येतं या सगळ्यांसाठी मानसोपचारतज्ज्ञाकडे जायला हवं. शरीराच्या समस्यांप्रमाणे मनाच्या समस्याही असतात. त्यावर उपचार करण्यात काहीही वावगं नसतं.
- कुटुंबातील सर्वांनी या काळात आपल्या आईकडे, वहिनीकडे जास्त लक्ष द्यायला हवं. तिला समजून घ्यायला हवं. जास्त प्रेम द्यायला हवं.

■

(११)

एकटी पण एकाकी नव्हे

'एकटेपणा' हा वयाचा, स्वभावाचा, परिस्थितीचा
किंवा गरजेचाही असू शकतो.
आणि तो छान मेंटनही करता येतो.

टोळ्यांच्या स्वरूपात आदिम समाजाची रचना होत होती, त्या काळापासून स्त्री टोळीत असणे, एवढेच नव्हे तर अधिक संख्येने स्त्रिया असणे महत्त्वाचे होते. त्यासाठी मग परक्या टोळीतील स्त्रिया पळवूनही आणल्या जात. कारण प्रजनन, टोळीची वृद्धी, प्रसव हे फक्त स्त्रीच्या हाती होते. त्यातून टोळीचा विस्तार होत होता. अधिक संख्येमुळे अधिक शिकार, अधिक काम, अधिक संरक्षण असे सगळे प्राप्त होत होते, त्यामुळे स्त्रीचे रक्षण करणे, तिला परक्या टोळ्या पळवून नेणार नाहीत याची व्यवस्था करणे क्रमप्राप्त होते. पुढे संस्कृतीचा विकास झाला. मानवाने अनेक गोष्टी आत्मसात केल्या तरी अन्य राज्यांवर हल्ले करणे, इतरांच्या जमिनी आणि स्त्रिया (कारण या दोन्हीतून 'उपज' मिळते) बळकावणे थांबले नाही म्हणून आपल्या स्त्रियांचे रक्षण अटीतटीने करणे क्रमप्राप्त ठरले. त्यातून स्त्रीवर अनेक बंधने आली. स्त्रीने लहानपणी वडील व भाऊ यांच्या आधाराने, पुढे पतीच्या आधाराने आणि पती निवर्तल्यावर पुत्रासह त्याच्या आधाराने राहावे अशी परंपरा रूढ झाली. यामुळे एकटी स्त्री राहण्याचा आत्ता आत्तापर्यंत कधी प्रश्नच उद्‌भवला नव्हता.

पण महायुद्धे आणि औद्योगिक क्रांती यांच्यामुळे परिस्थिती बदलू लागली. स्त्रीला घराच्या चार भिंतींची सुरक्षितता सोडून अर्थार्जनासाठी एकटीने बाहेर पडणे क्रमप्राप्त ठरले. समाजात वेगाने होणाऱ्या बदलांमुळे कुटुंबसंस्थाही विभक्त पद्धतीत रूपांतरित झाली आणि गेल्या तीन-चार दशकांत स्वबळावर एकटीने राहण्याचे प्रसंग अगदी आठ

वर्षांच्या मुलीपासून ऐंशी वर्षांच्या वृद्धेपर्यंत अनेक स्त्रियांवर येऊ लागले. याला स्त्री कशी सामोरी गेली? परिस्थितीशी मिळतेजुळते घेत, सर्वप्रकारच्या परिवर्तनाला सहज सामोरे जाण्याचा स्त्रीचा अंगीभूत गुणधर्म या परिस्थितीत कामी आला. जगण्याच्या संघर्षात टिकून राहायचे तर आलेल्या परिस्थितीत आनंदाने राहणे, त्यासाठी सर्व तऱ्हेच्या उपायांचा अवलंब करणे, आपली मानसिक, शारीरिक ताकद वाढविणे, वेळोवेळी ज्यांची मदत मिळू शकेल अशा लोकांचे जाळे कौशल्याने विणणे अशा अनेक गोष्टी करीत एकटी स्त्री आजमितीला खूप समर्थपणे उभी राहिलेली दिसते. या परिस्थितीत ती रडतकुढत, व्यथा वेदना उरात साठवत दु:खाने जगत नाही. काही डिप्रेशनचे, दु:खाचे, वाईट वाटण्याचे क्षण येतही असतील, पण तसे ते प्रत्येकाच्याच आयुष्यात येतात.

एकटेपण शारीरिक असते. स्त्री इतर कुणाच्याही सोबतीशिवाय राहात असते, पण ती मानसिकदृष्ट्या सहसा एकाकी राहात नाही. मित्र-मैत्रिणी, नातेवाईक, जुने सहकारी, शेजारी, संस्थांमधील सख्या सोबतीणी, पत्ते ग्रुप, साहित्याच्या आवडीतून वा इतर छंदातून निर्माण झालेले ग्रुप अशा अनेक व्यक्तींचे जाळे तिने आपल्या मनाशी जोडलेले असते. तिचा स्वत:चा आत्मविश्वास आणि निसर्गाने तिला जन्मजात बहाल केलेला कणखरपणा साथीला असतो. एकटी स्त्री आपले एकटेपण कसे निभावते ते समजून घेणे आजमितीला तरी गरजेचे ठरते.

माझी भाची प्राजक्ता अगदी वयाच्या आठव्या-नवव्या वर्षापासून एकटी राहायला शिकली. बहीण शाळेत नोकरी करीत होती. तिची शाळा सकाळची तर प्राजक्ताची दुपारची असायची. तिचे वडीलही सकाळीच बँकेत जायला निघत. (त्यांच्याही वेळोवेळी बदल्या होऊन ते दोन-तीन वर्षे बाहेरगावीसुद्धा असत.) मी स्वत: तिला माझ्याकडे बोलावले. बहिणीने इतर व्यवस्था करण्याचा प्रयत्न केला, पण त्या लहान वयातही तिने एकटे राहण्याचे ठरविले. सगळी पुस्तके, अभ्यास, आवडत्या गाण्याच्या कॅसेटस् ऐकणे, थंडीच्या दिवसात उशिरा आंघोळ करणे, मनाला आले तर पडून राहून गोष्टीचे पुस्तक वाचणे, गाण्याचा रियाज अशा अनेक गोष्टी आपल्या घरात राहूनच आपण करू शकतो, हे उमगल्यावर तिने आईला सांगितले की, ''तू काळजी करू नकोस. मी एकटी राहीन आई!'' अर्थात शेजार खूप चांगला होता. स्वयंपाकघरांच्या बाल्कन्या अगदी भिडलेल्या होत्या. शेजारच्या लहान बाळाला सांभाळणाऱ्या आजी तिची अधूनमधून चौकशी करीत. पण आपले कपडे इस्त्री करणे, डबा भरणे, जेवणे, अभ्यास, क्लास, केस, कपडे नीटनेटके राखणे या साऱ्या गोष्टी ती स्वत: करायला लागली. त्यातून एक आत्मविश्वास आणि निडरपणा आपोआप तिच्या अंगी आला.

एकदा शनिवारी दुपारी शाळा सुटल्यावर ती जिन्याने वर चढत असताना एक अनोळखी माणूस मागे आला. या प्रसंगानंतर बिल्डिंगच्या दारावरच्या सुरक्षा रक्षकाला काढून टाकण्यात आलं. नवा सुरक्षारक्षक रुजू झाला. तो प्राजक्ताशी तिच्या आईबद्दल

वगैरे बोलू लागला. तिने ओरडून सांगितले, ''तुम्ही जा. मला तुमच्याशी बोलायचे नाही.'' एव्हाना तो जवळ आला होता. तिच्या कानातील रिंग हिसकावयाचा त्याचा बेत होता, पण तिने रिंग घट्ट धरली आणि ओरडली. मधल्या मजल्यावरील काजरेकरवहिनी तोवर बाहेर आल्या, तेव्हा तो माणूस प्राजक्ताच्या हातातील छत्री हिसकावून पळू लागला. तिने दप्तर तिथेच टाकले आणि ओरडत त्याच्या मागे धावली. अर्थात मग बिल्डिंगमधील इतर मुलेही आवाज ऐकून बाहेर पडली आणि चोर पकडला गेला. हा आत्मविश्वास तिने पुढे टिकवून धरला. कधीतरी एकटे वाटे, मग ती माझ्याकडे येई नाहीतर फोन करीत असे. कधी भीतीही वाटे. त्यावर मग तिने तिच्या परीने उपाय शोधून काढले. ती गणपतीचे स्तोत्र म्हणत असे. बाहेरच्या खोलीत मंद आवाजात टी.व्ही. लावून ती आतल्या खोलीत अभ्यासाला बसे. त्या आवाजाची सोबत तिला पुरत असे. पुढे पुढे तिघी-चौघी मैत्रिणी एकत्र अभ्यासाला बसू लागल्या.

एकदा ती शाळेत जायला निघाली आणि हुडहुडी भरून ताप चढला. मला फोन करायचा तर मीही शाळेत नोकरी करत असे. पण तिने माझ्या धाकट्या मुलाला बोलावले. त्याने डॉक्टरांना लगेच फोन केला. दुपारी बहीण घरी आली. मग तिने सर्व गोष्टींची सूत्रे हातात घेतली. आपले आपण जोवर सर्व करू शकतो तोवर आईला, मावशीला फोन करायचा नाही हा विचार तिने मनाशी पक्का ठेवला. पुढे दुर्दैवाने बहिणीचे अकाली निधन झाले. नंतर जवळजवळ वर्ष-दोन वर्षे मी प्राजक्ताला माझ्याकडे सतत राहण्याचा आग्रह करीत असे. तीही अधूनमधून राही. हळूहळू ती स्वयंपूर्ण होत गेली, कारण एकटे राहण्याचा तिचा पिंड आधीपासूनच घडत गेला होता.

माझी शाळेतील दक्षिण भारतीय मैत्रीण सविता अय्यर पार्ल्यात राहत असे. पुढे दिराचे लग्न झाल्यावर दोन खोल्यात दोन कुटुंब कशी राहणार? म्हणून फ्लॅट घेतला. तोवर तिची लेक विद्या आर्किटेक्चरला गेली होती. तोपर्यंत आजी, आजोबा, काका घरी असण्याला सरावलेल्या विद्याला सुरुवातीला थोडे जड गेले. मग तिला एकटे असणे आवडू लागले. एकदा शाळा सुटल्यावर आम्ही तिघी-चौघी मैत्रिणी सविताकडे गेलो तर विद्याने कुकर लावला होता. भाजीला फोडणी घातली होती. विद्याला मी सहजच विचारले, ''काय ग, एकटीने राहायला भीत नाही वाटत?'' ती म्हणाली, ''नाही आन्टी! आय फील सो मच फ्री! डायनिंग टेबलवर मी कागद पसरून माझी रेखाटने करते. छान शांतपणा असतो. नव्या नव्या कल्पना सुचतात. मस्त धून लागते. आईची दुपारची शिफ्ट झाली, तेव्हा आधी थोडं वाटलं एकटं, पण आता हेच आवडतं. अम्माने कॉफी फिल्टरमध्ये घातलेले असते. डोशांचे पीठ तयार असतं. माझी मी इतकी स्वतंत्र असते. मस्त अभ्यास होतो. कधीतरी आय मिस माय अम्मा! कॉलेजमधून आल्यावर लगेच तिला काहीतरी सांगायचं असतं. काही मजा, आनंद शेयर करायचे असतात. कधीतरी काही भीतीदायक घडलेलं असतं. पण संध्याकाळी तासभर मी

अम्माला पिडत असते.'' ही पंधरा वर्षांपूर्वीची गोष्ट ! आता तरुण मुलींच्याजवळ मोबाईल असतो आणि त्या आपल्या आईवडिलांना भराभर एस.एम.एस. पाठवीत असतात, शिवाय कॉम्प्युटरवर मित्र-मैत्रिणींशी चॅटिंग हे दैनंदिन नित्यकर्म त्यांना अनेकांशी जोडून ठेवीत असते.

या मुली एकट्या असल्या तरी सावध असतात. त्यांचे पालकही शक्यतो सर्व संरक्षणव्यवस्था करीत असतात. बहिणीने व सविताने जास्तीचे जाळीचे सेफ्टी डोअर लावले होते. त्या दरवाजांना ग्लास सरकवता यावा एवढी लहान खिडकी असून ती आतून उघडण्या-बंद करण्याची व्यवस्था होती. दारावरील काहीच न घेणे हा कडक नियम होता. कुणी पाणी मागितले तर या लहान खिडकीतून सरकवता येत होते. परक्याशी बोलायचे नाही, दिलेली वस्तू घ्यायची नाही हा मंत्र आई-वडिल मुलांसमोर रोज जपत असत. अजूनही जपतात. बाहेर पडताना दारे-खिडक्या नीट लावण्याची, कुलपे ओढून बघण्याची मुलींना सवय होती. (ती त्यांना पुढील आयुष्यात उपयोगी पडली.) शिक्षण, नोकरी, व्यवसायानिमित्त एकट्या राहणाऱ्या तरुण मुलींची संख्या खूप वाढली आहे. कुटुंबातून, आपल्या शहरातून बाहेर पडून त्या दुसरीकडे जातात. नोकरी मिळणं, मनासारखं काम मिळणं, अधिक विकासाची संधी, अधिक अर्थार्जन अशी अनेक कारणे त्या मागे असतात. अगदी भारत सोडून अमेरिका, इंग्लंड, न्यूझीलंड, ऑस्ट्रेलिया, जकार्ता, सिंगापूर इथे एकेकट्या गेलेल्या अनेक तरुण मुली मला माहिती आहेत. त्यांनी स्वत:हून हे एकटेपण स्वीकारले आहे. विवाहित स्त्रियाही करिअरसाठी परदेशी राहत असल्याचे आढळून येते. या मुली स्त्रियांची होस्टेल्स किंवा पेईंग गेस्ट म्हणून राहतात, कधी कधी तिघी-चौघी जणी एक फ्लॅट भाड्याने घेऊन राहतात. तर कधी लहानसा फ्लॅट एकटीच मुलगी भाड्याने घेण्याचे धाडस करते.

सुनीता (नाव बदलले आहे) मॉडेलिंग करण्यासाठी मुंबईला आली. इथे संधी खूप होती. तिने फ्लॅट भाड्याने घेतला. चित्रपटातही लहानसहान भूमिका मिळू लागल्या. या व्यवसायात नैराश्याचे क्षण खूप येतात. भलत्या ठिकाणी 'कॉम्प्रोमाईज' केलेल्या मुली कामे पटकावताना दिसतात. कधी कॉम्प्रोमाईज केले नाही म्हणून चिडलेल्या पार्टीने भलत्यासलत्या अफवा पसरविण्याचा नीचपणा केलेला असतो. पण आपण आपल्या तत्त्वाला चिकटून योग्य मार्गाने जात राहिलो, भरपूर मेहनत करण्याची तयारी असली की एका टप्प्याला लोक आपल्याला काम देऊ लागतात. एक प्रतिष्ठा मिळते. असं तिचं म्हणणं आहे. याच क्षेत्रात काय कोणत्याही क्षेत्रात काम करताना एकट्या मुलीने एकटेपण घालविण्यासाठी कोणतीही साथ-संगत लावून घेऊ नये. फायदा करून घेऊन सोडून देणाऱ्या बॉयफ्रेंडला दूषणे देण्याऐवजी आपण वाहवत गेलो हे मनाशी कबूल करायला हवे. दोन-चार मुलींना फसविले, एखाद दुसरीने आत्महत्या केली हे जितके प्रसिद्ध होते, तितकी प्रसिद्धी सचोटीने काम करून भरभराट करून घेणाऱ्या

उद्यमशील मुलीला मिळत नाही असे सुनिताचे म्हणणे आहे. कुटुंबात राहणाऱ्या मुलीही व्यसनाधीन होतात, आत्महत्या करतात, नको ती संगत धरतात. हे न करणे व्यक्तीच्या जडणघडणीवर आणि आंतरिक कणखरपणावर अवलंबून असते.

एकाकी असण्याचा प्रश्न नसतो. खच्चून काम असते आणि खच्चून मजाही असते. दमून आल्यावर गाणी ऐकली, चॅटींग केलं, जेवलं अंथरुणाला पाठ टेकली की गाढ झोप लागते. सुट्टीच्या दिवसात अनेक कामे असतात आणि मित्रमैत्रिणींबरोबर शॉपिंग, सिनेमा, ड्राईव्ह, डायनिंग आऊट वगैरे कार्यक्रमही असतात. शिकणाऱ्या मुलींचा संपूर्ण फोकस उत्तम गुण मिळविण्यावर असतो. 'मी एकटी पडले, आता मी काय करू' असे क्वचित् वाटतंही असले तरी या मुली बहुश: त्यावर मात करून आपल्या ध्येयाकडे वाटचाल करताना दिसतात.

मुद्दामहून एकटे राहणाऱ्या, संसार न करण्याचा निर्णय घेणाऱ्या मुलींची उदाहरणेही आता आढळू लागली आहेत. फेमिनाच्या भूतपूर्व संपादिका विमला पाटील यांच्याशी या विषयावर बोलत असताना त्या म्हणाल्या, असा निर्णय मुली घ्यायला लागल्या आहेत, कारण त्यांना त्यांच्या करिअरच्या विकासाआड येणाऱ्या प्रापंचिक अपेक्षा नको असतात. सुश्मीता सेनसारखी धीट मुलगी म्हणते, आजतागायत पुरुषांचे वर्चस्व कशामुळे होते? सेक्स आणि पैसा! आता आम्ही आमच्या इच्छेनुसार एखाद्याशी संबंध

ठेवू शकतो. संपवू शकतो. आम्ही छान राहतो, सुंदर कपडे घालतो ते आमच्या स्वत:च्या आनंदासाठी! एखाद्याला भुलवून त्याच्याशी लग्न करावे म्हणून नाही! मूल हवं असेल तर ते ज्या पुरुषाकडून प्राप्त करून घ्यायचे त्याच्याकडून गर्भधारणा करून घ्यावी किंवा वीर्य पेढीतून पुरुषबीज घेता येते किंवा दत्तक मूल घेऊन वात्सल्याला वाट मोकळी करून देता येते. पैशांसाठी आम्ही कुणावर अवलंबून नाही. (विव्ह रीचर्डपासून मुलगी झाली आणि आता मुलीला एकटेपणी वाढविणारी नीना गुप्ता हिचे उदाहरण ठळकपणे नजरेसमोर येते.) एकदा लग्न झाले की, पुरुषाची, समाजाची त्या स्त्रीकडे बघण्याची नजर बदलते. अनेक अपेक्षा उद्भवतात. त्यातून त्या स्त्रीच्या वाट्याला दु:ख आणि दमन येते, त्यापेक्षा एकटी स्त्री आनंदात असते. थोडक्यात सांगायचे तर स्वेच्छेने एकटेपण स्वीकारून स्वतंत्रपणे आनंदात जगणाऱ्या थोड्याशा तरुण मुली आज दिसत असल्या तरी त्यांची संख्या वाढत जाणार आहे.

नवऱ्याच्या नोकरीमुळे एकट्या राहणाऱ्याही अनेक स्त्रिया आजकाल आढळतात. मर्चंट नेव्ही, आर्मी (तळावर फॅमिलीची व्यवस्था कित्येकदा नसते.) नोकरीनिमित्त दुबई वगैरे ठिकाणी नवरा असला तरी खूपदा बायको मागे राहते. मुले जवळ असली तर अशा स्त्रिया एकट्या नसतात, पण मुले नसली तर त्यांना एकटेपणा असतोच. अशावेळी आर्मी वाईव्हज असोसिएशन, इतर सामाजिक संस्था, एखादी नोकरी अशा गोष्टींमध्ये त्यांनी बहुश: स्वत:ला गुंतवलेले असते. नवरा लष्करात कर्नल असलेली नीता म्हणते आम्हाला स्वत:च्या सुरक्षिततेऐवजी नवऱ्याच्या सुरक्षिततेची सतत काळजी असते. मर्चंट नेव्हीत नवरा असलेल्या बायकांची मुलेही पुष्कळदा मर्चंट नेव्ही जॉईन करताना दिसतात. म्हणजे पुढे त्या बायका एकट्याच पडतात. नवऱ्याच्या असुरक्षिततेची धाकधूक, अपघाती वा युद्धात मरण अशी दु:खे त्यांच्या पाचवीला पुजलेली असली तरी त्या ह्या गोष्टीचे भांडवल करताना दिसत नाहीत. आपला वेळ अधिकाधिक सकारात्मकतेने त्या व्यतीत करतात, कारण बहुधा स्त्रीच्या जैविक अस्तित्वात सकारात्मकता आणि निर्मितीक्षमता आहे.

भारतीय स्त्रियांच्या बाबतीत विचार करायचा तर बहुतेक वेळा नवऱ्याचे वय पाच ते सात वर्षांनी जास्त असते, आणि आज एकविसाव्या शतकात वैद्यकीय उपचार व आरोग्याबद्दलची सजगता यामुळे स्त्रीचे अपमृत्यू टळत असताना बहुधा नवऱ्यानंतर स्त्रीला एकटीने जगण्याची पाळी येते. एकटीने अशासाठी की जागा लहान म्हणून मुलांनी अन्यत्र जागा घेतलेल्या असतात. उतार वयात आपला परिसर सोडून दूर कुठे जाणे स्त्रीला नकोसे वाटते. एक किंवा दोन मुलीच असतील तर त्या लग्न होऊन सासरी जातात. मुलीच्या सासरी राहण्याचे कुणाच्याही जिवावर येते. अगदीच नाईलाज झाला तर स्त्री मुलगी व जावई यांच्याकडे जाऊन राहते. मुलगे, मुली परदेशी वास्तव्याला असले व नवऱ्याचे निधन झाले तरी ती एकटी राहते आणि परित्यक्ता जर कणखर

असेल तर तीही एकटे राहणे पसंत करते. या सगळ्या उतारवयीन स्त्रिया अगदी दुःखीकष्टी होऊन व्यथा-वेदना उरीपोटी सांभाळत राहतात का? अगदी एकाकी पडतात का? जगाचे त्यांच्याकडे पार दुर्लक्ष होऊन त्या नैराश्याचा भार सांभाळत राहतात का? त्यांना जिणे नकोसे होते का?

बहुतेक बाबतीत या स्त्रिया दुःख, नैराश्य यांच्यावर मात करून आनंदाने जगताना दिसतात. व्यायाम, आहार, नियमित वैद्यकीय चाचण्या यांच्या साहाय्याने आपली तब्येत चांगली राखण्याचा त्यांचा जास्तीत जास्त प्रयत्न असतो. कॅल्शियम, मल्टीव्हिटॅमिन्स त्या नेमाने घेतात. अगदीच मोठे दुखणे आले तर मात्र नाईलाजाने आप्तस्वकीय, स्नेही, मुले, सुना यांपैकी कुणालातरी बोलवावे लागते. आपल्या समाजात अशा वेळी मदत मागितली तर कुणीही सहसा नाही म्हणत नाही, शिवाय पैसा गाठीशी असला तर आया, नर्स अशी रुग्णसेवा करणाऱ्या लोकांनाही तात्पुरते नोकरीला ठेवता येते. मी स्वतः गेले वर्षभर जवळजवळ एकटीच असते. मुलाची फॅक्टरी पेणला असल्याने त्याचा पुष्कळदा तिथे मुक्काम असतो, पण या एकटे राहण्यात मला कधीही त्रास झाला, नैराश्य आले असे घडले नाही. माझा योगासनांचा क्लास, नंतर फिरणे, वाटेत बहुधा समवयस्क ओळखीचे भेटतात तेव्हा थोड्या गप्पा होतातच. नाश्ता, आंघोळ उरकली की, लेखन-वाचन, ज्या संस्थांशी माझा संबंध आहे तिथले काम, मैत्रिणींबरोबर नाटक, सिनेमा बघणे, कधी एकत्र जेवणे, वाचलेल्या पुस्तकांवर चर्चा, रात्री गच्चीत बसून शांतपणे नक्षत्रजडित आकाश पाहणं आणि सूर्योदय-सूर्यास्ताची मजा अनुभवणं, कधी प्रवासाला जाणं असं मी एकटीने करते. माझ्यासारख्या कितीतरी स्त्रिया मला आसपास दिसतात. या एकट्या जगण्यात वेगळा मुक्त निर्भरपणा असतो. जेवणखाण फक्त माझ्यासाठी माझ्या आवडीचे असते. अर्थात सजग आणि सावध राहावेच लागते. पण तसे तर कोणत्याही स्त्रीला असायलाच हवे. वृद्ध स्त्रियांवर हल्ले होतात. तरुण स्त्रियांवर त्यांच्या आप्तांदेखत बलात्कार घडतात, मुलींना पळवून नेले जाते, स्त्रियांवरील आक्रमण व हल्ले हे फक्त एकट्याने जगणाऱ्या स्त्रीपुरते मर्यादित नसतात. ते तसे सातत्याने घडत असत. म्हणून अखंड सावधपणा बाळगणे महत्त्वाचे असते. एरवी निरोगी, आपला छंद जोपासणारी, आयुष्यात करण्यासारखे बरेच काही असलेली एकटी स्त्री अगदी सकस आणि छान असे आयुष्य जगू लागलेली दिसते. निदान जिने म्हातारपणासाठी थोडा पैसा राखला आहे आणि जिच्या नावावर तिचे घर आहे त्या स्त्रीची परवड होत नाही. ती धीट असते. जगात वावरलेली असते. अगदी नाटक-सिनेमांनाही तिकीट काढून एकटीने जाऊन बसणे, एकटीने हॉटेलात जाऊन आवडता पदार्थ खाणे किंवा टूरबरोबर प्रवास करणे तिला सहजी जमते आणि आपले आयुष्य रडतकुढत काढण्यापेक्षा या स्वतंत्र आयुष्यात ती आनंद अनुभवताना दिसते. मुलांनाच गरज लागली तर धावून जाऊन त्यांच्या अडचणीही ती निवारते. आपल्या मनाला समृद्ध करणाऱ्या अनेक गोष्टी

करते. नव्याने काही गोष्टी शिकते. या साऱ्या स्त्रियांशी बोलताना, त्यांचे आयुष्य निरखताना काही मुद्दे लक्षात येतात ते विचारात घ्यायला हरकत नाही.

- आपल्या संरक्षणासाठी दाराची-सेफ्टी डोअरची व्यवस्था, नीट कुलपे वगैरे गोष्टी अग्रक्रमाने लक्षात घ्यायला हव्यात.
- दारावरील विक्रेत्यांना थारा देऊ नये.
- प्लंबर, इलेक्ट्रिशियन, सुतार वगैरे सोसायटीनेच ठराविक नेमावेत.
- फोन दुरुस्तीला माणूस यायचा असल्यास शेजारील कुणाला तरी बोलावून घ्यावे.
- लहान मुलींनीच काय मोठ्या स्त्रियांनीसुद्धा अगदी नवी ओळख झालेल्यांकडून काहीही खाण्यापिण्याच्या वस्तू स्वीकारू नयेत.
- तरुण मुलींनी डेटिंगला जाताना सावध असावे. शक्यतो सार्वजनिक ठिकाणीच फिरायला जावे. जवळकीचे फोटो काढण्याची साधने असतात, त्याचा दुरुपयोग होऊ शकतो. सुरुवातीला स्वभावाचा अंदाज येई तो पाच-सहा जणांच्या ग्रुपमध्येच हिंडावे.
- शहरात सेक्सच्या बाबतीत मोकळेपणा आला असला तरी कंडोमचा आग्रह अनिवार्यपणे करावा.
- आपण कुठे जाणार ते मुले, शेजारी, स्नेही कुणाकडे तरी माहिती करून द्यावे. परतीची साधारण वेळ कानावर घालावी.
- मुलींना अवेळी जाणे-येणे भाग असेल, त्यांच्या व्यवसायानुरूप तसे गरजेचे असेल तर गटानेच जाणे-येणे करावे.
- पर्समध्ये संरक्षणाचे लहानसहान साधन असावे.
- उतारवयात एकटेपण अधिक जाणवते, म्हणून आधीपासून आपले छंद जोपासावे. आपला मैत्रिणींचा/मित्रांचा गट तयार करणे, विशेष पटणाऱ्यांचा 'कोअर ग्रुप' असणे या गोष्टी प्रौढपणातच कराव्यात.
- आपला आहार, व्यायाम यांचा सल्ला घेऊन त्यानुसार जेवणखाणाचे व योग/व्यायाम/फिरणे यांचे वेळापत्रक बनवावे.
- आपण ज्या वेळी इतरांशी मनाने जोडलेले राहतो त्यावेळी एकाकीपण येत नाही. एकाकीपण ही मानसिक अवस्था आहे. माझं कुणी नाही, माझ्यावर कुणाचं प्रेम नाही ही तक्रारात्मक भावना माणसाला एकाकी करते.
- एकटीसाठी एखादवेळी स्वयंपाक करायचा कंटाळा येतो, अशा वेळी जवळच्या उडुपी रेस्टॉरंटमध्ये एकटीने जाऊन डोसा, इडली खाण्याची चैन करायला काहीच हरकत नाही, त्याबद्दल लाज, संकोच वाटायची गरज नाही.
- उतारवयात वार्षिक सर्वसाधारण आरोग्यतपासणी अवश्य करावी.
- उतारवयात पुरेसा पैसा गाठीशी असेल असे आर्थिक नियोजन पहिल्यापासून करावे.

त्याबाबतीत चांगल्या अनुभवी सल्लागाराचा सल्ला घ्यायलाही हरकत नाही.

- हातपाय जोवर चालतात तोवर दरवर्षी एखाद्या आठ-दहा दिवसांच्या ट्रीपला अवश्य जावे. टूर कंपन्यांबरोबर योग्य ती काळजी घेतली जाते. आपल्यालाही बदल घडल्यावर बरे वाटते.
- घटस्फोट होऊन एकटे राहण्याचा प्रसंग येणे क्लेशकारक असते. घटस्फोट ही उन्मळून टाकणारी घटना असते. अशा वेळी एखाद्या आधार गटाची मदत घ्यावी. नोकरी/व्यवसाय असला तर उत्तम नाही तर शोधावा. आई-वडील, बहीण, भाऊ यांच्या आश्रयाने राहू नये. त्यांचा आधार असणे वेगळे आणि त्यांच्यावर ओझे बनून राहणे वेगळे.
- एकटीने शहरात नोकरी करत असताना मादक द्रव्ये, सिगरेट, दारू यांचा आग्रह करणाऱ्या मित्रमैत्रिणींना पहिल्यांदाच निग्रहाने तोडून टाकणे हितावह!
- एकटेपणात एक स्वातंत्र्य असते, पण इतर माणसांशी मानसिकदृष्ट्या जोडलेले असणे हीसुद्धा अन्न-वस्त्र-निवाऱ्याएवढी गरजेची गोष्ट असते. या बाबतीत ज्यांच्याशी आपली वेव्हलेंग्थ जुळते अशा व्यक्तींशी जाणे-येणे, सण-समारंभ, एखादा सिनेमा, नाटक, पत्ते, भिशी वगैरे माध्यमांतून जोडलेले असणे आवश्यक ठरते.
- आपण स्वतंत्र राहणे म्हणजे इतरांच्या आयुष्यात अजिबात ढवळाढवळ न करणे, त्यांना आवश्यक तेव्हा आवश्यक ते व आपल्याला शक्य ते साहाय्य देणे हे सूत्र मनाशी कायम ठेवावे.
- आपण जितका दैनंदिन आयुष्यातील आनंद घेऊ तितके नैराश्य दूर राहील हे लक्षात ठेवावे.

■

१२

‘अर्थो ही स्त्री : स्वकीय एव’

समाजाच्या अंतरमनात आजही स्त्री ही
विनिमयाचे साधन असणे, ही कुठली विकसनशीलता!

‘अर्थो ही कन्या परकीय एव’ कन्याधन परक्याचे म्हणून कण्वऋषींनी तिची दुष्यंताकडे पाठवणी केली होती. कन्या हे त्यावेळी ‘धन’ समजलं जाई. आई-वडील तिचा विनियोग हवा तसा करू शकत. कुंतीच्या वडिलांनी, शूरसेन राजाने तिला कुंतीभोज राजाला देऊन टाकली आणि कुंतीभोजाने तिला दुर्वासऋषींच्या सेवेला ठेवली. च्यवनऋषींनी मागणी केली म्हणून सुकन्येला तिच्या वडिलांनी च्यवनऋषींना देऊन टाकली. प्रजापतीच्या पुत्राने त्याला आपलीच कन्या अर्पण केली. त्याकाळी घरी अतिथी आल्यावर त्याचा आदरसत्कार करून भोजन दिले जाई. त्याचवेळी त्याने जर रतीसुखाची इच्छा प्रकट केली तर गृहस्वामी घरच्या स्त्रीला बिनदिक्कत त्याच्या सेवेला पाठवून देई. इतिहासाचार्य श्री. वि. का. राजवाड्यांनी अशा प्रकारची अनेक उदाहरणे नोंदवत नमूद केलं आहे की, प्राचीनतम टोळ्यांमध्ये ‘स्त्री ही ‘अर्थ’ म्हणजे विनिमयाचं साधन असे. तिला गायी, बैल, शेत, घर इत्यादीप्रमाणे कुटुंबप्रमुख पुरुषाच्या मालकीचे ‘धन’ समजत असत. या मालकीच्या वस्तूला विकणे, मारणे, ठार मारणे, दान देणे, घालवून देणे, विशेषत: स्त्रीच्या बदल्यात काही लाभ पदरात पाडून घेणे असा विनियोग ‘मालक’ करू शके, स्त्री हा जिन्नस मालकीची वस्तू समजल्यावर तिला हवे त्याला अर्पण करण्याचा (आणि बदल्यात लाभ करून घेण्याचा) हक्क मालकाला बजावता येई. पूर्वी देव म्हणून जी श्रेष्ठ, बुद्धिमान, प्रगत जमात होती, तिला या मालकीच्या स्त्रिया अर्पण केल्या जात (आणि बदल्यात त्यांच्याकडून अभय आणि संरक्षणाचे वरदान प्राप्त करून घेतले जाई.) मग प्रत्यक्ष जमातीतील पुरुषांशी तिचा विवाह लावून

देताना या देवांना हिरवी धान्ये, लाह्या, तूप इत्यादी देऊन त्यांच्यापासून तिला सोडवून आणण्यात येई. अशा सोडवून आणलेल्या 'स्त्री'चे दान परत जामाताला करण्यात येई. कारण त्याने तिच्या बदल्यात गाय-बैलांची जोडी दिलेली असे. अद्यापही विवाह पद्धतीत दिसणाऱ्या लाजाहोम आणि सप्तपदी त्या प्राचीन प्रथेची प्रतीकं आहेत. नवरा मुलगा देवांपासून मुलीची सुटका करून तिला ईशान्य दिशेला म्हणजे देवांनी आक्रमण न केलेल्या दिशेला चालवितो. ज्या तीन देवांची तिच्यावर अनुक्रमे मालकी असेल किंवा ती त्यांना क्रमाक्रमाने अर्पण केलेली असेल त्यांना तिच्याच हातून अग्नीत लाह्या व तुपाचा हवी देऊन तिची सोडवणूक केली जाते.

पूर्वीच्या काळी टोळीमध्ये, जमातीमध्ये जेवढे मनुष्यबळ अधिक तेवढी ती टोळी बलिष्ठ असे. मनुष्यबळ वाढविण्यास इतर टोळ्यांवर हल्ले करून त्यांच्या स्त्रिया पहिल्यांदा 'लुटून' आणत. प्रत्येक टोळी आपल्या स्त्रियांचे रक्षण प्राणपणाला लावून करे. कारण प्रजोत्पादन त्यांच्यावर अवलंबून असे. एवढेच नव्हे तर आपल्या स्त्रिया आपल्या मर्जीप्रमाणे हव्या त्याला अर्पण करून त्या बदल्यात प्रतिष्ठा, धन, सोयरसंबंध जोडून शक्ती वाढविता येई. त्यामुळे स्त्रियांना आपल्या मर्जीविरुद्ध कुणी पळवून न्यावे हे खपत नसे.

माणूस कितीही सुधारला तरी त्याची आपल्या प्राचीन परंपरांशी असलेली नाळ तुटत नाही. त्याच्या आदिबंधात्मक स्मृतीत घट्ट बसलेल्या गोष्टी ज्ञानाच्या सिंचनानेही बहुतेक वेळा सैल होऊ शकत नाहीत. त्यामुळे स्त्री ही पहिल्यांदा वडिलांच्या मालकीचे धन आणि पुढे नवऱ्याचे धन ही कल्पना अद्यापही समाजमनात घट्ट मूळ धरून आहे. स्वत:ची मुलगी ताब्यात ठेवता येत नाही किंवा बायकोवर लगाम ठेवता येत नाही तो कसला पुरुष अशी भावना सरसकट प्रकट होत असते. एखाद्या पाळीव जनावराप्रमाणे स्त्रीला ताब्यात ठेवायला हवे. तिच्यावर बंधनांचा लगाम घालायला हवा हे अद्यापही कुटुंब प्रमुखाकडून अपेक्षित असते.

मात्र या स्त्रीचा धनाच्या कमाईसाठी तो कसाही उपयोग करू शकतो. गेल्या पाच दशकांमध्ये जगात मोठं परिवर्तन घडलं. पण आपल्या देशात स्त्रीकडे धन म्हणून बघण्याच्या दृष्टिकोनात फार मोठासा बदल घडलेला नाही. उलट तिच्याकडे कमाईचं साधन म्हणून बघितलं जाऊ लागलं आहे. स्त्रीचा विवाहामधे दान म्हणून स्वीकार केल्यावर शिवाय वरदक्षिणा म्हणून मोठी रक्कम उपटण्याचा, कित्येक वस्तू, दागिने, पैसे लुटण्याचा रिवाज सरसकट चालूच आहे. आणि आल्यादिवशी हुंडाबळीची प्रकरणे आपण निर्ढावल्या मनाने वाचतोच आहोत. घरी येणारी सून ही दुभती गाय असते. तिच्या माहेरच्यांकडून पैसे उकळावेत. या पैशांच्या लुटीसाठी फार मोठे कष्ट पडत नाहीत. घरात सून म्हणून आलेल्या या मुलीला थोडं छळलं की काम भागतं. शिवाय घरात कष्टाची कामे तिच्याकडून करून घेता येतात आणि हक्काने शरीरसुखही घेता

येतं. यातील एकही गोष्ट मिळेनाशी झाली की, तिला मारून टाकलं जातं. त्यागलं जातं, दुर्लक्ष केलं जातं कारण तिच्याकडून कमाई होणार नसते किंवा अन्य तऱ्हांनी तिच्याकडून लाभ होणार नसतो.

इंडियन एक्सप्रेसच्या १४ फेब्रुवारी १९९३ च्या 'संडे मॅगझिन' मध्ये अंतरा देव सेन यांचा वेश्यांवरचा एक लेख प्रसिद्ध झालेला आहे. या महिला, वेश्या होण्याची कारणे नमूद करताना त्यांनी दाखवून दिलं आहे की, यातील कित्येक स्त्रियांना त्यांच्या वडिलांनी विकलं किंवा धंद्याला लावलं आहे. कित्येकजणींशी लग्न करून त्यांच्या नवऱ्यांनीच त्यांना कोठेवाल्यांना विकलं आहे. तर काही जणींना त्यांच्या प्रियकरांनी चार पैशांच्या मोबदल्यात बाजारात बसवलं आहे. या संदर्भात मिरज येथे लहान मुलींशी निकाह लावून त्यांना अरबी देशांमध्ये नेलं जात असल्याचं प्रकरण गाजलं होतं, त्याची आठवण होते. मुलीचा निकाह होताना ज्या दलालानं प्रस्ताव आणला त्याला दलाली मिळे आणि वडिलांचंही उखळ पांढरं होई. अशा तऱ्हेनं म्हाताऱ्या वराबरोबर जाण्यास नाखूष असलेल्या एका मुलीची सुटका एका एअर होस्टेसनं मोठ्या धैर्यानं केल्याची बातमीही गाजली होती.

ओरिसामध्ये काहीवेळा मुलींना विकलं जातं कारण घरात खायला पैसा नसतो. दुष्काळग्रस्त भागात त्या मुलींचे चार पैसे आले तर निदान तिच्या पोटात अन्न पडेल आणि आपल्याला चार पैसे सुटतील असा आईबापांचा हिशोब असतो. पुढे ती विकलेली मुलगी कशी जगेल? ती आणखी कुठे विकली जाईल का? या विषयी त्यांना विचार करण्याची गरज नसते. मुलगा सहसा विकला जात नाही. गोलपी या स्त्रीच्या हकीकतीनं अंगावर शहारे येतात. कमालीच्या दारिद्र्यामुळे ओरिसात गोलपीने आपली मुलगी केवळ २० रुपयांत विकली होती. गोलपी ही आपल्या पतीचा शोध घेण्यासाठी ओरिसातील दुष्काळी कलाहंडी भागातून रायपूरला चालली होती. सहा महिन्यापूर्वी तो कामाच्या शोधात परगावी गेला होता. गोलपी गर्भवती होती. वाटेत बोलगीर येथील सरकारी इस्पितळात ती दाखल झाली आणि तिथे तिला मुलगी झाली. इस्पितळातच साफसफाईचे काम करणाऱ्या एका महिलेने २० रुपयांना ही मुलगी खरेदी केली. मुलीच्या विक्रीच्या वृत्ताबद्दल वर्तमानपत्रातून जाहीर झाल्यावर तिला इस्पितळातून हाकलण्यात आले. तेव्हापासून गोलपीचा सुद्धा पत्ता लागलेला नाही. भूकबळींसाठी कुप्रसिद्ध असलेल्या या भागात एका मुलीची पैशांसाठी विक्री होणे ही तत्कालीन मुख्यमंत्री बिजू पटनाईक यांना अगदीच क्षुल्लक घटना वाटली असावी. त्यामुळे त्यांनी 'यात काय विशेष?' मी २२ रुपये देईन.' असे उद्गार वार्ताहरांपुढे काढले होते. आपल्या राज्यात मुली खरेदी-विक्रीचा विषय बनतात याची खंत न वाटता त्यांना हा थट्टेचा विषय वाटावा इतकी संवेदनाशून्यता राज्यकर्त्यांमध्येही आहे. साँवली नावाच्या ओरिसातीलच स्त्रीची हकीकत प्रसिद्ध झाली होती. त्यात तिची मुलगी तिने दत्तक देण्यासाठी विकली

होती. हे प्रकरण उघड झाल्यावर तिने विनवून सांगितलं होतं की मुलगा होईतो मला मुलींना जन्म देत राहावं लागणार पण त्या मुलींना जेवायला घालण्याएवढा पैसा हाताशी नाही. आता निदान ती जिथे असेल तिथे सुखाने जेवण खात असेल. तिला परत आणू नका.

टाईम्स ऑफ इंडियाच्या १३ जून १९९९ च्या संडे रिव्ह्यूमध्ये रेश्मी सहगल यांचा एक विस्तृत लेख प्रसिद्ध झाला आहे. त्याचं नावच मुळी 'ए वाईफ फॉर सेल' (विक्रीसाठी काढलेली अर्धांगिनी) आहे. त्यात कमला नावाच्या स्त्रीची हकीकत दिली आहे. १९९५ मध्ये तिचं लग्न झालं. तिचा सासराच तिच्यावर वाईट नजर ठेवून होता. तिला ते असह्य झालं. तिनं घरात कुटुंबीयांसमोर हा आरोप उघडपणे केला आणि तिचे दुर्दैवाचे दशावतार सुरू झाले. तिच्या नवऱ्याला वाटलं की तिनं कुटुंबाचं इमान, इज्जत मोडीत काढली. (तिची इज्जत लुटणारा प्रत्यक्ष तिचा सासरा असला तरी त्याबद्दल ब्र काढायचा नाही.) त्यानं तिची हकालपट्टी केली. गावपंचायतीनं देखील त्याच्या बाजूनेच निर्णय दिला. कमलाच्या बापाला ही गर्भार पोरगी पोसायला जड झाली. त्यानं 'नाता' या रिवाजानुसार तिला एका प्रौढ विधुराच्या हवाली केली. त्याची तीन मुलं एक मुलगी आणि एक म्हातारी आई यांच्या देखभालीसाठी कुणीतरी जन्मभराची दासीबटीक हवी होती. शिवाय त्याचं घरातलं काम करून शरीरसुखाच्या अपेक्षाही पूर्ण करणारी, प्रसंगी लाथा खाणारी 'बाई माणूस' तो शोधत होता. त्यानं ४२,००० रुपये काढले. त्यातले अर्धे पैसे कमलाच्या पहिल्या नवऱ्याला दिले कारण त्याने आपला विवाहखर्च भरून मागितला. 'नाता' या प्रथेनुसार कमलाला या नव्या घरोब्यात ढकललं नसतं तर नवऱ्याला काही पैसे मिळाले नसते. पण आता त्यानं ज्या बायकोला हाकलली होती तिचेच पैसे घेऊन नव्या घरोब्याला संमती दिली. उरलेले अर्धे पैसे तिच्या जन्मदात्या बापानं ठेवून घेतले. आता कमला एखाद्या गुलामाप्रमाणे नव्या घरी राबते. तिची सासू आणि सावत्र मुलगी यांचा तिच्याशी उभा दावा आहे आणि जमेल तेवढ्या त्या तिला छळतात.

कमला सवाल करते, 'मी काय करू शकले असते? माझ्या वडिलांनी हा 'नाता' पक्का केला. मला त्यांची आज्ञा पाळणं भाग पडलं. आपल्या बायकोला विवाहबाह्य संबंधासाठी इतरांकडे पाठवून त्याचे पैसे वसूल करणारे लोकही इथे कमी नाहीत असं ती असहायपणे कबूल करते. या भयानक प्रथेचं मूळ शोधू गेलं तर असं आढळून येतं की, परंपरागत शेती व्यवसाय करणाऱ्या जमातींमध्ये स्त्रिया शेती कामात भरपूर मदत करीत म्हणून वर वधूपित्याला वधूदक्षिणा देत असे. अर्थात ही रक्कम लहानशी असे. एखाद्या जनावराच्या रूपातही असे म्हणून जर एखादी विधवा किंवा विवाहिता दुसऱ्या पुरुषाबरोबर घरोबा करू इच्छित असेल तर त्या दुसऱ्या पुरुषाला पहिल्या नवऱ्याच्या कुटुंबाला हा पहिल्या वेळचा विवाहखर्च भरून द्यावा लागे. या प्रथेचं विकृतीकरण होत होत सध्याची 'नाता' ही प्रथा निर्माण झाली आणि यात स्त्रिया परत परत विकल्या

जाऊ लागल्या आहेत. त्यांची प्रचंड किंमत त्यांचे नवरे वा बाप वसूल करू लागले आहेत. या नाता प्रथेनुसार घरोब्यासाठी वधूला लाखा लाखांच्या किंमती येऊ लागल्या असल्याने दलालांचाही सुळसुळाट झाला आहे. कोटाह, बुंदी, अजमेर, देवळी (देवळी म्हटलं की भाऊ गेल्यावर इस्टेटीतला वाटा त्याच्या विधवेला मिळू नये म्हणून भावजयीला आगीत लोटून सती बनविणारे लोक आठवतात का?) या ठिकाणी ही दलाल मंडळी अशा तरुण तरतरीत मुलींवर लक्ष ठेवून असतात. कात्ना या मुलीला तर चक्क तिच्या बापानं तिच्या नवऱ्याच्या घरून पळवून आणली कारण स्थानिक दलालानं तिच्या करता जी 'नाता' सोयरिक आणली होती तीत भरपूर पैसा मिळणार होता. नाता या प्रकारात 'घरोबा' जोडून दिलेल्या स्त्रीला पत्नीचा दर्जा मिळत नाही. शोषणाविरुद्ध स्त्री हक्क संरक्षण समितीच्या इंदिरा पांचोली आणि त्यांचे पती म्हणतात, ''या नाता प्रकारात ढकलली गेलेली स्त्री परत परत अन्यायाची बळी ठरते. कारण पत्नी नसल्याने तिचा नवीन मालक तिला पुन्हा विकू शकतो. यात पहिल्या वराला देण्यासाठी जो पैसा ठरतो तो पंचायतींच्या साक्षीनेच.'' पोलीस म्हणतात, ''की ते या प्रकारात काहीच करू शकत नाहीत. कारण जाती जमातींच्या रूढी, रिवाज, कायद्यानुसार या गोष्टी घडतात. पोलिसांपर्यंत तक्रार करायला कुणी येतच नाही. बायकांना जर कायद्याचं व्यवस्थित भान आलं आणि त्यांना शिक्षण दिलं गेलं तर त्या आपल्यावर होणाऱ्या अन्यायाविरुद्ध आवाज उठवतील आणि या असल्या प्रथा हळूहळू बाद व्हायला लागतील. असं महिला मुक्ती चळवळीत कार्यरत असणाऱ्या कार्यकर्त्या महिलांचं म्हणणं आहे आणि ते बहुतांशी खरं आहे. पण सर्व समाजाची मानसिकताच जोवर बदलत नाही तोपर्यंत स्त्रीला विकून पैसा मिळवणं, तिला जबरदस्ती सती जायला भाग पाडून तिच्या वाटचा जमीन-जुमला, घरदार हडप करणं, लहान मुलींना विकणं, घरातल्या घरात वडिलांपासून काकांपर्यंत मुलींवर बलात्कार करून, त्यांचा वापर करणं, लग्न करून बायकोला कोठ्यावर विकणं आणि तिच्या कमाईवर जगणं हे प्रकार चालतच राहणार आहेत.

ओरिसा, राजस्थान, बिहार इथे परिवर्तनाची गती मंद आहे असं धरून चालू. महाराष्ट्र हे पुरोगामी राज्य आहे. इथे शिक्षणाचा भरपूर प्रसार झालेला आहे असं आपण मानतो. इथल्या बायकांना कायद्याची, हक्कांची जाणीव आहे. ज्योतिबा फुले, सावित्रीबाई फुले, महर्षी कर्वे, आगरकर इत्यादी थोर मंडळींनी समाजाशी टक्कर घेऊन स्त्री शिक्षणाचा मार्ग खुला करून दिला. या राज्यात काय चाललंय?

गावपातळीवर स्त्री शिक्षणाचं प्रमाण खूप कमी आहे. श्री. लक्ष्मण माने यांचं 'उपरा' पुस्तक वाचलं तर स्त्रीच्या परिस्थितीची कल्पना येते. राबणारा एखादा नवरा पैशांची गरज लागली तर बायको सावकाराकडे गहाण टाकतो. ती बायको तिथे निमूटपणे सावकाराच्या घरी राबते आणि त्याच्या कामसुखाच्या अपेक्षाही पूर्ण करते. यातून तिला मुलं होतात. नवरा जेव्हा सावकाराचं कर्ज फेडायला येतो तेव्हा बायकोला तो

सोडवतो पण सावकारापासून झालेली मुलं मात्र सावकाराच्या शेतावर राबण्यासाठी तिथेच राहतात. बायको ही आई असते याची जाणीव ना त्या सावकाराला असते ना त्या नवऱ्याला. त्यांना सगळ्यांना बायको हे कष्टाचं आणि कमाईचं साधन म्हणून हवी असते. शिवाय तिला शरीरसुखासाठीही वापरून घ्यायचं असतंच. स्त्रीला जित्राब म्हणजे जनावर म्हणतात. नवरा म्हणेल, दावं धरून नेईल, ज्याच्या दावणीला बांधेल तिकडे तिनं निमूट जायचं असतं. मुलीला शिक्षणाऐवजी घरकामाला जुंपलं जातं. शिवाय तिनं घरात चार पैसे आणावे म्हणून शहर गावी पाठवून तिला घरकामासाठी ठेवलं जातं. म्हणजे स्त्रीची कमाई अशी तिच्या लहानपणापासूनच सुरू होते त्या कमाईवर कुटुंबाचा वरकड खर्च भागतो.

पुढे तिचं लग्न झाल्यावर सासरचे तिला कमाईचं साधन समजू लागतात. तिनं माहेराहून पैसा आणावा. टीव्ही, फर्निचर इत्यादी गोष्टी आणाव्यात म्हणून तिचा छळ सुरू होतो. ही हुंड्याची प्रथा नेमकी कशी आली असावी?

हल्ली तर शहरांमधून मुलगी कमावती हवी. नोकरी करणारी हवी अशी अटच असते.

बायकोनं माहेराहून हुंडा आणावा, वस्तू आणाव्यात, दागदागिने आणावेत. या खेरीज तिनं जन्मभर नोकरी करून घरचंही सांभाळावं अशी अपेक्षा असते. सुशिक्षित बायको पत्रव्यवहार सांभाळते, बँकांची कामे करते, मुलांचे अभ्यास घेते, स्वयंपाकपाणीही करते. तरीही अधिक पैसा मिळण्याची हाव कमी न होणारे लोक तिला जाळून मारायला कमी करत नाहीत. आपण तर मरतो आहोतच, पण नवराही आपल्या जबानीमुळे तुरुंगात गेला तर मुलांच्या डोक्यावरील छत्र नाहीसं होईल म्हणून हुंडाजळीत प्रकरणातील बऱ्याच महिला आपण स्वत:च स्टोव्ह पेटवीत असताना भाजल्याचं सांगतात आणि त्यांना जिवे मारणारे सहीसलामत सुटतात.

नुसत्या शिक्षणानं वर्षानुवर्षांच्या प्रथा-परंपरांच्या चौकटींना धक्कासुद्धा लागत नाही. जनजागृती आणि प्रबोधन हे किचकट काम असतं आणि त्यातून घडणारे बदल हळूहळू घडत असतात. मात्र शिक्षणानं स्त्रीला आत्मभान आलं आणि स्त्रियांनी एकजुटीनं अन्यायाच्या विरुद्ध आघाडी उघडायची ठरवली तर या प्रथा-परंपरांना हादरे बसू लागतील. तोपर्यंत स्त्री हे कमाईचं साधन आहे असं सूत्र धरून जगणारे स्त्रीवर अन्याय करीत स्वत: सुखाने जगत राहतील. स्त्री हे मालकीचं धन आहे असं समजून तिची हवी तशी विल्हेवाट लावण्याचा हक्क घेत राहतील. स्त्री आणि पायातला जोडा यांची जागा एकच आहे असं ठासून सांगत स्त्रीला पायदळी तुडवत राहतील.

■

(१३)

वाढते बलात्कार : समस्या, परिणाम, उपाय

'बलात्कार' ही नेमकी काय विकृती असावी
सुसंस्कृत समाजातही ती उघड असावी.

स्त्री आणि तिच्यावरील बलात्कार या दोन गोष्टी अगदी पूर्वापार एकत्र चालत आलेल्या आहेत. फार पूर्वी टोळी बलिष्ठ करण्यासाठी टोळीची सभासदसंख्या भरपूर वाढेल तितकं चांगलं असे. संख्या वाढविण्यासाठी म्हणजे मुले प्रसविण्यासाठी स्त्रीची गरज असे. म्हणून दुसऱ्या टोळ्यांमधून स्त्रिया आणि लहान मुलं पळवून आणायची. मुलांना आपल्या टोळीचे सगळे संस्कार देत वाढवायचं आणि स्त्रियांवर बलात्कार करून त्यांच्याकडून प्रजोत्पत्ती करून घ्यायची असं तंत्र असे. दुभती जनावरं हे जसं धन असे तशीच स्त्री हे एक तऱ्हेचं धन असे. ती संकल्पना संस्कृतीच्या ओघात कधी पुसट झाली तर कधी तिनं उग्र रूप धारण केलं. युद्धकाळात शत्रूच्या स्त्रियांवर बलात्कार करून त्यांना दासी बनविणं आणि शत्रूला अपमानित करणं हाही पराक्रमाचा भाग असे. युद्धात अनेक दिवस लढणाऱ्या जेत्या सैनिकांनी लुटालूट करावी आणि स्त्रियांवर बलात्कार करून वासना शमवावी यात कुणाला गैर वाटत नसे. अगदी अलीकडेपर्यंत म्हणजे बांगलादेशाच्या युद्धात पूर्व पाकिस्तानच्या स्त्रियांवर (म्हणजे आताच्या बांगलादेशातील स्त्रियांवर) अगणित बलात्कार झाले. तेव्हापासून आजपर्यंत स्त्रीकडे उपभोगाचं साधन किंवा शत्रूचं धन म्हणून बघण्याचा दृष्टिकोन बदललेला नाही. तो बदललेला नसल्यामुळे अर्थातच बलात्कार होणंही थांबलेलं नाही.

आज स्त्रीवरील बलात्कारानं उग्र रूप धारण केलेलं दिसतं आहे. थोडं मागे वळून बघितलं तर कोठेवाडी प्रकरण झालं. तिथं लहानापासून म्हाताऱ्या स्त्रियांवरही बलात्कार झाले. धडा शिकवणे, अपमानित करणे, दहशत माजवणे हा त्यामागचा हेतू होता.

जळगाव वासनाकांड हे अर्थात वासनाशमन आणि स्त्रीशरीराच्या छायाचित्रांकित प्रदर्शनातून पैसे मिळविणं यासाठी घडलं. त्यातील असहाय्य स्त्रिया, मुली वारंवार बलात्कार सहन करीत होत्या. कारण त्यांच्या चारित्र्याची लक्तरं वेशीवर टांगली जाण्याची धमकी त्यांना सतत दिली जात होती. वलयांकित क्षेत्रांमध्ये स्त्रीला काम मिळविण्यासाठी स्वदेहाची लाच द्यावी लागते हे अलीकडे प्रसारमाध्यमांमधून उघडकीला आणलं गेलं. ही लाच ती स्वखुशीनं देते असं म्हणणं म्हणजे किती खालच्या पातळीला माणूस उतरू शकतो त्याचं दर्शन घडणं आहे. काम मिळवणं, कामात टिकून राहणं किंवा वर चढणं यासाठी 'पतिदेवांनी'सुद्धा आपापल्या सहचारिणींना वापरलेलं आहे. हे सगळे बलात्कार सर्वत्र सर्रास चालू असतात.

दक्षिण आफ्रिकेतून इथे आलेल्या (मॉडेल) तरुणीवर तिघांनी गँगरेप केल्याच्या प्रकरणावर वर्तमानपत्रातून सातत्यानं लिहून आलं. त्या तरुणीला चित्रपटक्षेत्रातही प्रवेश हवा होता आणि त्यासाठी तिचे प्रयत्न चालू होते. तिला एका हॉटेलमध्ये दारूतून गुंगीचं औषध पाजून आधी कारमध्येच तिच्यावर बलात्कार केले. मग एका हॉटेलमध्ये जबरदस्ती ठेवून दोन दिवस सतत बलात्कार करून तिला तिच्या फ्लॅटवर कचऱ्यासारखं फेकून देण्यात आलं.

दिल्लीमध्ये मुलींना जबरदस्तीने कारमध्ये खेचून रेप करण्याचं प्रमाण खूप वाढलं आहे. एकंदरच दिल्लीमध्ये म्हणजे देशाच्या राजधानीत रेपचं प्रमाण सर्वात जास्त आहे. प्रदूषण आणि बलात्कार यात दिल्ली आघाडीवर आहे.

कायद्याचे रक्षक असलेल्यांनी भक्षक होणंही घडू शकतं हे सुनील मोरे प्रकरणाने दाखवून दिलं आहे. सुनील मोरे हा पोलीस, ड्यूटीवर असताना दारू प्यायला होता आणि एकत्र बसून गप्पा मारणाऱ्या प्रेमिकांच्या जोडीतील मुलीला ओढून पोलीस चौकीतच त्यानं तिच्यावर बलात्कार केला.

घरकामाकरता आणलेल्या मुलींवर बलात्कार घडतात किंवा घरकामाचं आमिष दाखवून इथे आणलेल्या स्त्रियांवर बलात्कार करून त्यांना वेश्याव्यवसायाला लावलं जातं. रझिया खानची नुकतीच घडलेली हकीकत या प्रकारावर झगझगीत प्रकाश टाकणारी आहे. घरकामाला चांगल्या घरात गरज आहे. पगार चांगला मिळेल या आमिषाला भुलून ती कोलकत्याहून इथे आली. तिला सांगितलं की, महिना पाच हजार रुपये पगार मिळेल. म्हणून सात महिन्याच्या दूधपित्या लेकराला मागे ठेवून ती आली. इथे सलमा शेख, तिचा पती निजामुद्दीन, करीअप्पा आणि सुंदरी पुजारी या चौघांनी मिळून तिला गिऱ्हाईकांकडे पाठविण्यास सुरुवात केली. एका ठिकाणी उंची कमी म्हणून तिला परत पाठवलं. एका घरी माणसाच्या हेतूचा संशय आल्याने ती सलमाकडे परतली. मग पुजारींच्या घरी तिला पाठवण्यात आलं. दूधपित्या मुलाला सोडून आलेली असल्याने तिला अद्याप दूध येत होतं. ते बंद व्हावं म्हणून एका डॉक्टरकडे पाठविण्यात आलं. या

सगळ्या सापळ्यातून सुटून ती सहारा पोलीस स्टेशनवर गेली आणि आणि तिनं तक्रार नोंदवली. ती निदान सुटली तरी, न सुटलेल्या अशा कितीतरी असतील.

मालाडचा डॉक्टर प्रदीप परमार याचं प्रकरण गाजतं आहे. त्यानं आपल्याकडे असलेल्या घरकामाच्या मोलकरणीवर बलात्कार केला. तो आणि त्याची बायको रश्मी यांची पाच ब्युटी केअर क्लिनिक आहेत. तिथे गेलेल्या स्त्रियांवर उपचार करताना त्यांचे अश्लील फोटो काढून त्याच्या सीडी बनवून नंतर त्यांना ब्लॅकमेल करायचं आणि कुणाकडे तरी पाठवायचं. तिथे त्या स्त्रियांवर बलात्कार व्हायचे आणि पैसे परमारला मिळायचे. डॉ. परमारच्या मोलकरणीनं दोन वर्षांनी स्थानिक समाजसेवक चोडणकर यांच्या मदतीनं एफ.आय.आर. दाखल केला. परमारच्या पुतण्याने या प्रकरणी दमदाटी केली. तरी बळी पडलेल्या इतर स्त्रिया हळूहळू तक्रार करण्यास पुढे येत आहेत.

लहान मुलींवर अत्याचार ते बलात्कार होण्याची प्रकरणंही खूप वाढली आहेत. काही वर्षांपूर्वी 'प्रेमसागर' या चर्चशी संबंधित रस्त्यावरील मुलांना आश्रय देणाऱ्या संस्थेतील धर्माधिकाऱ्याने मुलींवर लैंगिक सतावणूक केल्याचं प्रकरण उघड झालं होतं. एक स्विस दांपत्य इथे येऊन मुलांच्या अश्लील सीडीज बनवत असे. त्यांनाही अटक झाली होती. पण सहा महिन्यांच्या मुलीपासून ते पंधरा वर्षाच्या मुलीपर्यंत बलात्कार केले जातात. ही माणसं ओळखीची, नात्यातली असतात. हे सगळं अंगावर शहारे आणणारं आहे.

कोपरखैरणे येथे चार वर्षांच्या मुलीला चॉकलेटचं आमिष दाखवून अब्दुल रहमान याने तिच्यावर बलात्कार केले. त्या बिचारीला कसलीच जाणीव नव्हती. तिचे रक्ताने माखलेले कपडे पाहून आईने चौकशी केली, तेव्हा सर्व हकीकत उघडकीला आली.

मित्राकडे सत्यनारायणाच्या पूजेला जाऊन, तिथे खेळणाऱ्या त्याच्या मुलीला पळवून नेऊन अत्याचार करून मग तिचा खून करून फेकणारा वीरेंद्र सध्या अटकेत आहे. या आधीही त्याने याच कारणावरून तुरुंगवास भोगला होता. सात रस्ता येथे अकरा वर्षांच्या मुलीवर बलात्कार करून हत्या करणाऱ्या अर्जुन जोगडियाला सेशन्स कोर्टाने फाशी फर्मावली. मित्राच्या घरून दारू पिऊन बाहेर पडणाऱ्यानं, त्याच्या बाहेर खेळणाऱ्या नऊ वर्षाच्या मुलीला पळवून नेऊन बलात्कार केला. सुधारगृहातील मुलींवर बलात्कार केला गेला. लहान मुलींवर बलात्कार वा लैंगिक छळणुकीचे प्रकार गेल्या काही दिवसांत खूप वाढले आहेत.

माई मुख्तारच्या प्रकरणाचे पडसाद अद्याप उमटत आहेत. तिच्या भावाने केलेल्या अपराधासाठी पाच माणसांना तिच्यावर बलात्कार करण्यास फर्मावण्यात आलं. जात पंचायतीनं ही सजा दिली. हे प्रकरण उघडकीला आल्यावर जगभरात मोहोळ उठलं. तिचं पुनर्वसन करण्यासाठी तिला पैसे मिळाले, त्यातून तिनं एक शाळा चालविली. धैर्यानं या साऱ्या प्रकाराला तोंड दिलं. तिला जेव्हा बाहेर देशी आमंत्रणे आली तेव्हा

तिनं पाकिस्तान सोडून जाऊ नये, यासाठी सरकारकडून प्रयत्न झाले. आत्ताही तिला संयुक्त राष्ट्रसंघात बोलण्यासाठी आमंत्रण आलं असताना ते आमंत्रण रद्द करविलं गेलं.

आपल्या देशात जे प्रकरण घडलं ते आणखी वेगळं! त्या स्त्रीच्या सासऱ्यानं तिच्यावर बलात्कार केला. धैर्यानं तिनं त्या अत्याचाराला वाचा फोडली, तेव्हा मुस्लिम व्यक्तिगत कायद्याचा आधार घेत पंचायतीनं निवाडा केला की ती स्त्री आता नवऱ्यासाठी पवित्र राहिली नाही. म्हणून तिनं यापुढे 'सासऱ्याची' बायको म्हणून नांदाव.

काही वर्षांपूर्वी उषा यादव ही उच्चवर्णीय मुलगी राजू या नाभिक समाजातील मुलाबरोबर पळून गेली म्हणून उच्चवर्णीयांनी राजूच्या आई, बहिणीवर बलात्कार करण्याची धमकी दिली होती.

बलात्काराच्या या सगळ्या घटना वेगवेगळ्या आहेत. यांच्या मुळाशी काय असतं? बलात्कार होण्याच्या घटना वाढत आहेत का? बलात्कार का केला जातो? बलात्कार होणाऱ्या स्त्रीची मन:स्थिती कशी असते? ते होऊ नयेत म्हणून काही खबरदारीच्या उपाययोजना आहेत का? या संदर्भात प्रतिमा हवालदार (मानसशास्त्रज्ञ), डॉ. शिल्पा आडारकर (के.इ.एम. हॉस्पिटलमध्ये मानसोपचारतज्ज्ञ म्हणून कार्यरत आहेत.), विद्या आपटे (फोरम अगेंस्ट चाईल्ड अॅब्युज), स्मिता खानझोडे (मानसशास्त्रज्ञ) आणि विविध संस्थांसाठी कार्य करणाऱ्या कार्यकर्त्यांशी बोलल्यावर काही तथ्ये उलगडू लागली.

बलात्काराबद्दल रिपोर्ट करण्यात वाढ :

बलात्कार वाढत्या प्रमाणात होत आहेत असं आकडेवारीवरून दिसतं याचं कारण बलात्कार झाल्यावर गुन्हा दाखल करण्यास अधिक स्त्रिया पुढे येत आहेत. शिक्षणाचं प्रमाण वाढलं आहे. आई–वडिलही आपल्या मुलीवर अन्याय होऊ नये म्हणून सजग झाले आहेत. नुकतीच एक हकीकत घडली. एका लहान मुलीवर तिच्या काकानेच बलात्कार केला. पोलिसामध्ये हे प्रकरण नेऊ नये म्हणून त्या मुलीच्या वडिलांनी आईवर दडपण आणलं, पण आईने कुणाला न जुमानता पोलिसात तक्रार दाखल केली. २००५ मध्ये मुंबईमध्ये १८९ गुन्हे दाखल झाले तर दिल्लीत ६३३, चेन्नईमध्ये ७५ तर कोलकत्याला २१ गुन्हे दाखल झाले. गुन्हे विभागाच्या सहआयुक्त मीरा बोरवणकर यांच्या म्हणण्याप्रमाणे बलात्कारित महिलांचा अशा प्रसंगाकडे पाहण्याचा आणि समाजाचा या महिलांकडे पाहण्याचा दृष्टिकोन कमालीचा बदलला आहे. मुलीवर आरोप करण्यापेक्षा हे कृत्य करणाऱ्यावर बोट ठेवलं जाऊ लागलं आहे. 'अक्षरा' संस्थेच्या संचालिका नंदिता शाह यांनाही असंच वाटतं. बलात्काराचं प्रमाण वाढत असलं तरी त्याबद्दल तक्रार ठरणाऱ्या महिलांची संख्याही वाढली आहे. अन्यायासाठी दाद मागणं, तो चव्हाट्यावर आणणं घडायला हवं असं वातावरण समाजात तयार होतं आहे.

सुनील मोरे प्रकरणात, ती मुलगी तिथे एका मुलाबरोबर कशाला गेली असं म्हणण्यापेक्षा पोलीस असा कसा वागू शकतो असा प्रश्न लोकांच्या मनात उभा राहिला. म्हणजे मुलीला आरोपी ठरवण्याऐवजी खऱ्या अपराध्याकडे बोट दाखवायला सुरुवात झाली आहे. डॉ. शिल्पा आडारकर यांचे मतही असे आहे की, सोशल सपोर्ट वाढतो आहे त्यामुळे अधिक रिपोर्टिंग घडते आहे. कायदेही त्या दृष्टीने अधिक सजगतेने केले जाऊ लागले आहेत. विशाखा विरुद्ध स्टेट ऑफ राजस्थान या खटल्यात सर्वोच्च न्यायालयाने १९९७ साली निकाल दिला त्यात स्त्रियांचा लैंगिक छळ थांबविण्यासाठी अनेक सूचना न्यायमूर्तींनी केल्या होत्या.

बलात्कारपीडित महिलांना कायदेविषयक सल्ला, आधार देणे यासाठी महाराष्ट्र शासनाने मुंबई, पुणे, नाशिक, नागपूर, अमरावती व औरंगाबाद या ठिकाणी बहुउद्देशीय महिला केंद्राची स्थापना केली आहे. तसेच अहमदनगर, अकोला, अमरावती, औरंगाबाद, बुलढाणा, बीड, जळगाव, नागपूर व यवतमाळ येथे विशेष न्यायालये स्थापन केली आहेत. महिलांवरील अत्याचाराची प्रकरणे त्वरित न्यायालयात यावी आणि सबळ पुरावे नष्ट होऊ नयेत हा त्या मागचा हेतू आहे. श्रीदेवी गोयल (DIG) यांच्या म्हणण्यानुसार महिला पोलीस अधिकाऱ्यांकडे जी प्रकरणे आली त्यामध्ये आरोपींना दोषी ठरविणारे निकाल जाहीर झाले हे लक्षात घेण्याजोगे आहे.

थोडक्यात कायदा आणि समाजातील वातावरण हे अशा प्रकरणात स्त्रीच्या बाजूने झुकू लागल्याने अन्यायाला दाद मागण्यासाठी अधिक स्त्रिया निर्भयतेने पुढे येऊ लागल्या आहेत.

बलात्कारामागची कारणे

- खरंतर प्रत्येक बलात्कार ही स्वतंत्र घटना असते. त्यातील गुन्हेगार हे करायला का प्रवृत्त झाला. त्याच्यात दोष वा विकृती आहे का हे समजून घेणं गरजेचं असतं.
- या संदर्भात डॉ. शिल्पा आडारकर (मानसोपचारतज्ज्ञ के.इ.एम. हॉस्पिटल) असं म्हणतात की,
- महानगरांमधील परिस्थिती खूप वेगळी होते आहे. लाइफ स्टाइल बदलते आहे. कॉलेजात शिकणाऱ्या मुलांना कॉलसेंटर्स मध्ये, अन्यत्र नोकऱ्या मिळतात. या मुलांच्या घरी त्यांच्या पैशांची गरज नसते. विशीची मुलं अनेक गोष्टी करतात, मद्य, अमली पदार्थ (डिझायनर ड्रग्ज), सिगारेट, पाश्चात्त्य नृत्ये, डिस्को, पार्ट्या सर्रास घडतं. ड्रेसिंग स्टाईल बदलली आहे आणि मुलामुलींमध्ये भरपूर मोकळेपणा आहे. एक प्रकारचं स्वातंत्र्य आहे. पण त्या स्वातंत्र्याबरोबर जो संयम हवा तो संयम अंगी असण्याइतकी परिपक्व बुद्धी नसते. एकत्र रात्री राहणं (कामानिमित्त) खाणं पिणं, अंगचटीला जाणं यात कुठे मर्यादा ओलांडली जाते ते कळत नाही. मुलं एकत्र बसून ड्रग्ज घेतात. त्या बेभान अवस्थेत काहीही घडतं. रात्रीचे ड्रायव्हर्स कॉल सेंटर्ससाठी मुलींना न्यायला येतात. एका माणसानं पाळत ठेवली आणि रोजच्या ड्रायव्हर ऐवजी तो लवकर गेला. मुलीच्या आईवडिलांनाही रोज ड्रायव्हर, गाडी येण्याची सवय होती. मुलीनंही बदली ड्रायव्हर असेल असं गृहीत धरलं. ह्या माणसाने गाडी भलतीकडे नेऊन मुलीवर बलात्कार केला. मुलींना आता या पुढे बदलत्या परिस्थितीत सतत सावध राहणं आणि शक्यतो ग्रुपने जाणं गरजेचं झालं आहे.

सदोष व्यक्तिमत्त्व :

१) बलात्कार करणाऱ्या व्यक्तीच्या व्यक्तिमत्त्वाची जडणघडण अशी होते की, त्याला याबाबतीत काही चूक वाटत नाही. सदोष व्यक्तिमत्त्वाची कारणे म्हणजे झोपडपट्टीत मुले सेक्सला खूप लवकर एक्सपोझ होतात.

२) घरात सारखे तंटेबखेडे चाललेले असतात. वडील आईला दारू पिऊन मारतात, वापरतात. हा वर्तणूक आकृतिबंध योग्य आहे असं लहानपणापासून तेच बघितल्याने मुलांना वाटतं.

३) मुलं लवकर सिगरेट, दारू, अमली पदार्थ यांच्या आहारी जातात. त्या व्यसनाधिनतेच्या काळात कसलाही संयम, बंधन, विवेकबुद्धीचा अडसर उरत नाही.

४) पैसे चोरणं, घरफोड्या करणं, आलेले पैसे लवकरात लवकर उडवून टाकणं यासाठी दारू, डान्सबार, मुजरे, वेश्यावस्ती यांच्याकडे पाय वळतात. पैसे संपले तरी ती भूक वाढलेली असते. मग बळजबरी करण्याकडे कल वाढतो. बळजबरीने पैसे लुटायचे तशी स्त्रीही लुटावी ही वृत्ती होते.

५) कुसंगत विशेषत: किशोरवयात पिअर प्रेशर असताना ह्या गोष्टी करणं मर्दुमकीचं आहे असं मित्रांमध्ये ठरलं की बलात्कार करण्याकडे मनाचा कल होतो.

६) काही व्यक्तींमध्ये जन्मत: तशा प्रवृत्ती असतात. दुसऱ्यांना वेदना देणं, दुखावणं आणि त्यात आनंद मानणं, अशा गोष्टी त्यांच्या स्वभावात असल्याने आपल्या हातून घडलेल्या गोष्टीची भीती, पश्चाताप वगैरे त्यांना अजिबात वाटत नाही.

७) कित्येक मुलं लहानपणी मोठ्या व्यक्तींच्या लैंगिक छळाला सामोरी गेलेली असतात. कित्येकांना लहानपणी मारहाण, चटके, इतर छळ सहन करावा लागला असतो. अशी मुलं मोठेपणी (स्वत: लहानपणी बलात्कार सहन केलेला असल्याने) बलात्कार करतात.

वैफल्यग्रस्तता

आजच्या ताणतणावांच्या जगात कामाचा ताण, उत्पन्न कमी, घरातील भांडणे, महानगरात घरांमध्ये जागा कमी असल्याने घरात होणारी कुचंबणा, स्वत:चे अवकाश स्वत:ला न मिळाल्याने येणारा राग या साऱ्यांचं वैफल्य आणि त्याचा स्फोट बलात्कारासारख्या गोष्टींमध्ये होऊ शकतो.

पारंपरिक पुरुषी दृष्टिकोन

स्त्री ही वापरण्यायोग्य, भोग्य वस्तू आहे. ती मोकळी वागत असेल, तिचे कपडे सर्वांग झाकून घेणारे नसतील, ती रात्रीची नोकरी स्वीकारत असेल तर ती तशाच प्रकारे वागवली जाणं योग्य आहे. आपलं श्रेष्ठत्व सिद्ध करणं, आपला स्त्रीवर मालकी हक्क आहे हे दाखवणं, तिला अपमानित करणं यासाठी बलात्कार केला जातो. वेस्टर्न ड्रेस घालणाऱ्या किंवा फिल्म लाइनमध्ये करिअर करणाऱ्या मुलींना आपला ड्रेस वा काम या बाबतीत काही वावगं वाटत नाही. पण पुरुष अजून जुन्याच काळात वावरत आहेत. मुलींनी मॉडर्न वागणं म्हणजे त्यांच्या मनात वेगळंच काही असल्याचा समज करून घेतला जातो, असं मीरा बोरवणकर याचं मत आहे. तर तृप्ती पांचाळ या टाटा सामाजिक विज्ञान संस्थेतील सोशल वर्कर म्हणतात, ''एखादी मुलगी अधिक मोकळेपणी वागणारी

असली, एखाद्या पुरुषाबरोबर डेटला गेली तरी तिच्या डोक्यात त्याच्याबरोबर सेक्स अनुभवणं हाच विचार असेल असं नाही.'' पुरुषांचा मात्र या भिन्नलिंगी नात्याकडे बघण्यचा दृष्टिकोन वेगळा असतो. एकूणच पुरुषांच्या अंगात ही मस्ती असते की, आम्ही पुरुष आहोत म्हणजे सेक्शुअली काहीही करू शकतो. आपली हकूमत, महिलांवरील नियंत्रण दाखविण्यासाठी, टॅक्सी, रेल्वे, पोलीस चौकी कुठेही त्यांना बलात्कार हा मार्ग चटकन सुचतो. दक्षिण आफ्रिकेतून मॉडेल व अभिनेत्री होण्यासाठी मुंबईला आलेल्या त्या स्त्रीच्या बलात्काराच्या संदर्भात झाएटा ही ऑस्ट्रेलियन मॉडेल म्हणते, फॉरिनर्स इथे कामासाठी, बॉलिवूड प्रवेशासाठी येतात तेव्हा त्यांचे इथे लागेबांधे नसतात. त्या प्रयत्न करीत असतात. पण इथल्या पुरुषांचा दृष्टिकोन असा असतो की, त्या सहजगत्या उपलब्ध होऊ शकतात. अगदी साधा ट्रॅक सूट किंवा जीन्स घालून काही मेकअप न करता आम्ही कॉफी शॉपमध्ये बसलो असू, तरी पुरुषांना वाटते आम्ही त्यांना आकर्षित करतो आहोत.

अंधश्रद्धा

कुमारी मुलीशी संभोग केला तर लैंगिक समस्या दूर होतात या अंधश्रद्धेतून बलात्कार केला जातो.

दहशत/सूड

शत्रूवर सूड घेण्यास त्यांच्या बायकांवर बलात्कार करणं, आपली दहशत कायम राखण्यास बलात्कार करणं या घटना वारंवार घडतात.

प्रसारमाध्यमांचा वाईट प्रभाव

प्रसारमाध्यमांमध्ये लैंगिक भावना उत्तेजित करणारी दृश्ये खूप असतात. जाहिरातीही तशा असतात. त्यातून भावना उद्दिपित होतात. इंटरनेटच्या माध्यमातून अनेक अश्लील साइट्स समोर येतात. अश्लील सीडीचे भांडार रस्त्यावर सुद्धा असते. (सहज विकत मिळते) चित्रपटात बाजारूपणा फार शिरला आहे. त्याबद्दल विक्रम गोखले एका मुलाखतीत म्हणाले होते, ''मनोरंजनाच्या क्षेत्रातील आजची स्त्री ही स्वसंरक्षणाची कितीही चिलखते घालून उभी राहिली तरी विविध प्रकारे तिच्या संरक्षण यंत्रणेला तडे जातील असे प्रयत्न होत राहतात. कमी कपड्यात वावरण्यासाठी तिची मनधरणी होणे, करणे, करविणे, पैशांचे आमिष, व्यक्तिगत जीवनातील गोष्ट माहीत करून घेऊन त्याचा दुरुपयोग, योग्य (!) (म्हणजे निर्माता, दिग्दर्शकाला अभिप्रेत) प्रकाश योजना, कॅमेऱ्याच्या हालचालीबद्दल तिला विश्वासात घेणे, अशा व्यक्तीद्वारे सूचना करविणे की ती नकार देऊच शकणार नाही या गोष्टी चालतात. ओलेती नायिका, शरीरप्रदर्शन,

अशोभनीय नृत्ये, नको त्या पद्धतीने खलनायकाकडून हाताळली जाणे, या सर्व गोष्टी तिच्या शोषणाला हातभार लावतात.''

याच गोष्टी वासना चाळवणाऱ्या व चित्रपटीय आदर्श नजरेसमोर उभ्या करणाऱ्या असतात. त्यातून बलात्कार घडतात याबद्दल अनेक विचारवंतांचे एकमत आहे. शहरामध्ये कामकाजासाठी येऊन राहिलेले पुरुष एकेकटे असतात. कुटुंबे गावी असतात. कष्ट करताना पैसे गावी पाठवावे लागतात. अशावेळी मुळात अतृप्त असलेल्या वासना या माध्यमांनी चाळविल्या जातात आणि बलात्कार घडतात.

बलात्कारितेची मन:स्थिती आणि बलात्काराचे परिणाम

या संदर्भात बोलताना मानसशास्त्रज्ञ प्रतिमा हवालदार म्हणाल्या, बलात्कार म्हटल्यावर मनात त्या शब्दाची फोड बल+चित्कार अशी येते. शारीरिक बळाच्या जोरावर मनाविरुद्ध स्त्रीवर केलेला अत्याचार हा बलात्कार असतो. आक्रमण होण्याच्या सुरुवातीस प्रतिकार करणं मग असहाय्यता, पळण्याचा प्रयत्न, मग भीतीचा कब्जा अशी मानसिक स्थिती बदलत असावी. बलात्कारी व्यक्ती कदाचित दिसत नसेल. शारीरिक वेदना भयंकर असतील. स्वत:ला कचऱ्यासारखं हिणकस वाटत असेल. घाण, गलिच्छ वाटत असेल. त्यावेळी शरीरवेदना इतक्या भयंकर असतात की तर्क संपतो आणि शरीर बोलू लागतं. थकतं, वेदना सहन करून सुन्नपणा येतो. नंतर मग विचार चालू झाल्यावर भूत, वर्तमान, भविष्य तिन्हीचे एकत्र विचार येतात. बलात्कारितेची मन:स्थिती ही तिचं वय, सामाजिक परिस्थिती, कौटुंबिक मूल्ये, कुटुंबस्थिती, बलात्कार कुणी केला, का केला, तिचा स्वत:चा कणखरपणा, तोंड देण्याची हिंमत, शिक्षण अशा अनेक गोष्टींवर अवलंबून असल्याने प्रत्येक घटना ही त्या त्या स्त्रीपुरती स्वतंत्र असते अन् मन:स्थिती त्यानुसार वेगवेगळी असू शकते. तिच्यावर होणारे विविध परिणाम, सगळेच तसे होतात असं नाही, पण कोणते परिणाम होऊ शकतात, त्याबद्दल मानसशास्त्रज्ञ म्हणतात –

- एकटं राहणं, लोक आसपास नको असणं, दु:खी, दूरस्थ स्वत:च्या विचारात गुरफटलेलं राहणं, चिंतित राहणं, तणावाने स्वत:ला इजा करून घेण्यापर्यंत मजल जाणं, कधी कधी आत्महत्येचं टोक गाठणं.
- कधी कधी फार खोल परिणाम होऊन बाल्यावस्थेकडे मनाची वाटचाल होणं. त्याला मानसशास्त्र परिभाषेत रिग्रेशन म्हणतात. तेव्हा अंगठे चोखणं, अचानक कारणाशिवाय रडणं, भयानक स्वप्ने पडणं, खाण्याच्या-जेवण्याच्या सवयी, आवडीनिवडी बदलणं, अन्नाचं प्रमाण बदलणं म्हणजे कधी जास्त जेवणं, कधी अजिबात न जेवणं असे प्रकार रिग्रेशनच्या परिस्थिती नसतानाही घडतात.

- काही व्यक्ती, विशेषत: पुरुष बघून दचकणं, घाबरणं, त्यांना टाळणं.
- सेक्सबद्दल पूर्ण संताप, राग, तिटकारा वाटणं किंवा अचानक सेक्सच्या संदर्भात अनेक शब्द वापरणं, सेक्सच्या बाबतीत अधिक आकर्षण जागृत होणं.
- कामावर अजिबात लक्ष न लागणं. शाळा, कॉलेजातील मुलगी असेल तर अभ्यासावर लक्ष केंद्रित न होणं, नापास होणं, आत्मदूषण देण्याची प्रवृत्ती वाढणं. पापकर्म केल्याचा अपराध गंड.
- गळा, ॲनल, ओरल किंवा योनी या ठिकाणी त्रास वेदना, ब्लाडर इन्फेक्शन झालेलं असणं. कधी गुप्तरोगाची लागणही झालेली असणं.
- ताबडतोब झालेली मन:स्थिती म्हणजे प्रतिमा हवालदार म्हणतात त्याप्रमाणे भीती, राग, शत्रुत्वभावना, अपराध, लाज, गोंधळ, नैराश्य, आत्मप्रतिष्ठेचा भंग, स्वप्रतिमा डागाळलेली होणं, समाजापासून दूर राहणं, बोलणं एकदम बंद होणं, सतत रडू येणं अशा अनेक तऱ्हेच्या भावना व मन:स्थिती असू शकते.
- लहान मुलीवर बलात्कार झाला असेल तर तिला वाढवताना पालकांना खूप समस्या येतात. अशा मुली गुन्हेगारीकडेही वळू शकतात. बेफाम (व्हायलंट) होऊ शकतात. समाजात वावरणं त्यांना कठीण होतं.
- शरीरसंबंधाबद्दल नकारात्मक भावना तशाच वाईट स्मृतींचा सखोल ठसा मनावर असणं. तसे संबंध होण्यास कित्येकदा असमर्थता.
- कित्येकदा मुलीवर घरातल्या, नात्यातल्या, ओळखीच्या मोठ्या व्यक्तीने बलात्कार केलेला असल्याने फसवणूक झाल्याची भावना.
- ज्याच्यावर विश्वास टाकता येईल अशा व्यक्तीचा सतत शोध घेण्याची इच्छा, लोकांच्या स्वभावासंबंधी आकलन होण्याची शक्ती खालावणे.
- प्रत्येक नात्याकडे संशयाने बघणे.
- मद्य, अमली पदार्थ घेण्याची इच्छा, व्यसनाधीनता बळावणे.
- असहायता, असमर्थता, जाळ्यात अडकण्याची भावना.
- संकटाशी सामना न करता येणे, विपरित परिस्थितीत मार्ग न काढता येणे. पुन्हा असंच घडण्याचं भय.

अशा तऱ्हेचे अनेक परिणाम बलात्कारित व्यक्तीवर झालेले आढळून येतात.

लहान मुलींवर बलात्कार

या संदर्भात 'फोरम अगेंन्स्ट चाईल्ड ॲब्युज' च्या संस्थापक सदस्य विद्या आपटे म्हणतात. ॲब्युज शारीरिक असतं तसंच भावनिकही असू शकतं. मुलांच्या बाबतीत विचार करता हा धक्का असह्य असतो. मुळात मुलीबद्दल एक तुच्छ भावना कुटुंबांमध्ये

असते. थोडासा आत्माभिमान असेल-नसेल त्याचंही खच्चीकरण होतं. सेक्शुअल गर्भितार्थ असलेली भाषा वापरणं, लैंगिक हावभाव, लैंगिक चित्रे, फिल्मस् दाखविणे, प्रायव्हेट पार्ट दाखविणे हा त्या मुलीवर अत्याचारच असतो. मानसिक, शारीरिक वाढ नसताना अत्याचार होतो. तो भयंकर असतो. बलात्कार हा तर कडेलोट असतो. साडेतीन-चार वर्षांच्या मुलीवर लक्ष ठेवा म्हणून एक स्त्री आपल्या दिराला सांगून बाहेर गेली आणि त्या दिरानं त्या लहान मुलीवर बलात्कार केला. हे प्रकरण दडपण्यासाठी नवऱ्यापासून सगळ्या कुटुंबाचं दडपण असताना आईनं तक्रार केली. याप्रकारे प्रकरणांना वाचा फुटणं, मुलांनी, त्यांच्या नजीकच्या कुटुंबीयांनी तक्रार दाखल करणं महत्त्वाचं, अगदी सख्खे बाप, सावत्र बाप लहान मुलींवर बलात्कार करतात. नुकताच सहा महिन्यांच्या मुलीवर बलात्कार करण्याचा प्रसंग घडला.

बलात्कार झालेली मुलगी किंवा मुलगा सुद्धा खूप काही सहन करीत असतात. त्यांना कुटुंबाचा मानसिक आधार मिळाला तरच त्या ताठ मानेने या प्रकारावर मात करून आपलं आयुष्य मार्गी लावू शकतात. या बाबतीत आम्ही सातत्याने जनजागृती केली.

विद्या आपटे यांनी काही मुद्दे मांडले ते सर्वांनीच लक्षात घ्यायला हवेत.

- घरातील वातावरण मुलाला आधार देणारं हवं.
- नुसती सहानुभूती नव्हे, तर नॉर्मलायझेशन लवकरात लवकर सुरू व्हायला हवं.
- यात तुझी काही चूक नाही हे मुलाला समजावलं की, त्या धक्क्यातून बाहेर पडायला मदत होते.
- मुलाच्या वागणुकीवर, हालचालीवर लक्ष असायला हवं. पुष्कळदा घडला प्रकार मुले दहशतीमुळे सांगत नाहीत. कधी त्याला त्या गोष्टींबद्दल माहितीच नसते. शिवाय घरात वडीलधाऱ्यांना मान द्यावा. उलटून बोलू नये. ते आपलं भलं करतील अशी आपली शिकवण असते. संस्कार असतात. घरातल्याच मोठ्या व्यक्तीने बलात्कार केला तर मुली त्याबद्दल बोलायला कचरतात, पण त्यांच्यावर झालेले परिणाम बोलके असतात. ते लक्षात घेऊन मुलीला बोलतं करायला हवं.
- जाणीव जागृतीसाठी 'फोरम अगेंन्स्ट चाइल्ड सेक्शुअल ॲब्यूज'चे प्रयत्न चाललेले असतात. तसे प्रयत्न ज्या संस्थांचे चालले असतील त्यातून बोध घ्यायला हवा.
- आपल्याला होणारा स्पर्श चांगला की वाईट हे मुलीला कळतं. वाईट स्पर्शाला तिनं प्रतिकार करावा हे तिच्या मनावर संस्कारित करायला हवं.
- मॉन्टेसरीच्या मुलांना आपले सर्व अवयव कोणते ते नीट समजावावे.
- घरच्या व्यक्तींनी सुद्धा भलता स्पर्श केला तरी मुलींना नाही म्हणता यायला हवं.
- डॉक्टरांकडे तपासायला गेलेल्या मुलींवर डॉक्टरांनीच बलात्कार केल्याच्या हकीकती घडल्या आहेत. मुलीबरोबर कुणी मोठी स्त्री आत जायला डॉक्टरांनी आक्षेप घेऊ नये.

- एकट्या दुकट्याने अनोळखी व्यक्तीबरोबर मुलींनी जाऊ नये. घरी सांगितल्याशिवाय जाऊ नये. टेलिफोन नंबर नेहमी जवळ बाळगावा.

विवाहांतर्गत बलात्कार :

डॉ. राजन भोसले हे लैंगिक समस्या आणि एकंदर लैंगिक ज्ञान मुलांना करून द्यावं याबद्दल सातत्याने प्रयत्न करीत आले आहेत. लैंगिक शिक्षण मुलांना देणं आवश्यक आहे. याबद्दल त्यांच्यासह अनेक लोकांनी जी जाणीव जागृती मोहीम उघडली त्याचे परिणाम आता दिसू लागले आहेत. त्यांच्या म्हणण्याप्रमाणे पतीने पत्नीच्या इच्छेविरुद्ध व तिच्या अनुमतीशिवाय तिच्याशी समागम करणे हा विवाहांतर्गत बलात्कारच असतो, पण याला भारतीय दंड संहिता अपराध मानत नाही. पत्नीच्या अनुमतीने पण तिच्या लैंगिक गरजांची दखल न घेता केवळ भोग्य वस्तू म्हणून तिच्या शरीराचा वापर करणे यालाही अपराध मानला जात नाही. या दोन्ही स्तरांवरचे अत्याचार स्त्रीची अमानुष कुचंबणा करतात.

लग्न म्हणजे जणू काही पत्नीच्या इच्छेला न जुमानता तिच्याशी लैंगिक स्वैराचार करण्याचं प्रमाणपत्र आहे असं अनेक पुरुष समजतात. हा प्रकार अमानुष म्हणायचं कारण म्हणजे लग्नाबाहेरील जगात होणाऱ्या बलात्कारामध्ये स्त्री आरडाओरड तरी करू शकते, तक्रार नोंदवू शकते, पण आयुष्यभरासाठी वचनबद्ध अशा लग्नानंतर पतीकडून बलात्कार होत असतील तर कायदाही तिथे काही करू शकत नाही. आणि पत्नी म्हणून तिनं कर्तव्यपूर्तीसाठी अनुमती दिली तरी तिची इच्छा लक्षात घेतली जात नाही.

या सर्वांसाठी लैंगिक शिक्षण शास्त्रशुद्धरीत्या देणं, विवाहपूर्व समुपदेशन, पत्नीला खऱ्या अर्थी सहचरी म्हणून वागविण्याचा दृष्टिकोन या सर्वांची गरज आहे.

कायदा

बलात्काराविरुद्धचे कायदे अपुरे असल्याचं अनेकांचं मत आहे. सर्वसामान्यत: बलात्काराच्या गुन्ह्यासाठी भारतीय दंड संहितेची ३७५ व ३७६ ही कलमे आहेत. आपली पत्नी नाही अशा कुठल्याही स्त्रीशी तिच्या संमतीशिवाय कशाही प्रकारची जवळीक करणं हा कायद्यानं गुन्हा आहे. पण यासाठी समागम झाल्याचं सिद्ध व्हावं लागतं.

समागम झाला नसेल पण लैंगिक अत्याचार/छळ केला असेल तर ३५४ कलमाखाली विनयभंग झाला मानून गुन्हा नोंदविता येतो. त्यासाठी स्त्री स्वत:ची पत्नी नसणं, तिला तिच्या संमतीशिवाय लैंगिक हेतूने स्पर्श करणं, हा गुन्हा मानला आहे.

५०९ कलमाखाली स्त्रीला स्पर्श न करता दुरून लैंगिक अंगविक्षेप, अभद्र भाषा,

लैंगिक संबंधाची मागणी, अश्लील चित्र वा वस्तू दाखविणे, स्त्री एकांतात असताना अचानक अधिकारावाचून संमतीशिवाय तिथे जाणं हा दखलपात्र गुन्हा ठरतो. ३७७ कलमानुसार विकृत संभोग गुन्हा आहे, खोटे बोलून, धाक दाखवून संभोग करणे हाही गुन्हा मानला आहे.

पोलिसांना याबाबतीत खूप सहृदयतेने वागण्याच्या सूचना राज्य सरकारने दिल्या आहेत. स्त्री बलात्काराचा गुन्हा नोंदविण्यास आली तर तिच्याशी नजरेला नजर देऊन सामान्यपणे बोला. तिच्या अवयवांवर नजर फिरू देऊ नका अशा सूचना आहेत. पोलीसही नागरिकांच्या सहकार्यासाठी उत्सुक आहेत. मलिका ओबेरॉय या सोशल वर्करने एक कल्पना मांडली आहे. प्रत्येक पोलीस स्टेशनमध्ये पोलीस युनिट असावीत, त्यात स्थानिक समाजसेवी संस्थांनी स्त्रियांच्या बाबतीतील गुन्ह्यासंबंधात पोलिसांना सहकार्य करावे आणि ही सूचना अनेकांना योग्य वाटली.

पोलीस कमिशनर ए. एन. रॉय यांच्या म्हणण्याप्रमाणे स्त्रियांच्या तक्रारी सहानुभूतीने ऐकून घ्याव्या, त्या केसेस ताबडतोब दाखल करून कार्यवाही करावी असं शिक्षण पोलिसांना दिलं जातं.

स्त्रियाही आता महिला संस्थांच्या मदतीने अन्यायाविरुद्ध धिटाईने दाद मागू लागल्या आहेत. कधी कधी तर संताप अनावर होऊन स्त्रियांनी कायदाही हातात घेतला आहे. अक्कू यादव या बलात्कारी, दहशत माजविणाऱ्या गुंडाला स्त्रियांनी कोर्टातच हल्ला चढवून ठार केले. 'बॉबीटो' हे क्रियापद इंग्रजीत वापरले जाऊ लागले. कारण आपल्यावर वारंवार बलात्कार करणाऱ्या बॉबीचे लिंग एका स्त्रीने कापून टाकले. ते प्रकरण अमेरिकेत फार गाजले.

असंच एक प्रकरण बँकॉकमध्ये नुकतंच घडलं. कॉफी शॉपमध्ये गाणे गाणारी पॅटचरी जिरांगदा कामावरून घरी जाण्यासाठी टॅक्सीत बसली. टॅक्सीचालकाने तिच्यावर जबरदस्ती करण्याचा प्रयत्न केला. तिने त्याच्या जिभेचा कडकडून चावा घेतला. हा चावा इतका जबरदस्त होता की, २.५ सेंमीचा जिभेचा तुकडा घेऊनच ती पोलिसात तक्रार नोंदविण्यास गेली. अर्थात अशी उदाहरणे अपवादात्मकच म्हणावी लागतील.

स्त्रीने कणखर होणं, आत्मविश्वास कमावणं, संघटित होणं, प्रतिकार करणं, कायद्याचा अधिकाधिक आधार घेत गुन्हेगारांना शिक्षा देववणं, स्वसंरक्षण करण्यास शिकणं या गोष्टी येत्या काळात जसजशा साध्य होतील, समाज जसजसा सुसंस्कृत होत जाईल, तसतशी बलात्कारासारख्या अत्याचारातून स्त्रीची मुक्तता होत जाईल असा विश्वास एकविसाव्या शतकाच्या उंबरठ्यावर व्यक्त करायला हरकत नाही.

बलात्कार होऊ नये म्हणून...

आपल्या मोकळ्या वागण्याचा गैरफायदा कुणाला घेऊ देऊ नका. मानसिकदृष्ट्या

सतर्क, सावधान असले म्हणजे आणीबाणीप्रसंगी मेंदू चटकन निर्णय घेऊ शकतो.

- कुणालाही शारीरिक लगट करू देऊ नका.
- स्वसंरक्षणासाठी शारीरिकदृष्ट्या स्वत:ला सक्षम करा. प्रतिकाराचे शिक्षण देणाऱ्या ज्युडो कराटे यासारख्या प्रणालींचे अवश्य शिक्षण घ्या.
- तुम्ही कुठे जाणार, केव्हा जाणार याची कल्पना आई-वडिलांना द्या. पण घरातील नोकरांपर्यंत वा इतर लांबच्या नातेवाईकांपर्यंत ही माहिती पोहोचण्याची गरज नाही. आई-वडिलांकडे मात्र त्या ठिकाणचा टेलिफोन नंबरसुद्धा देऊन ठेवा. तुमचा बेत बदलला तर त्या ठिकाणाहून फोन करून घरी कळवा.
- रात्री परतताना खूप उशिरा यायचे असेल तर एकत्रितपणे परत या.
- रात्र किंवा अंधार पडण्यापूर्वी घरी पोहोचणे योग्य. पण कामानिमित्त उशीर झालाच तर हमरस्त्यानेच जा. शॉर्टकट म्हणून गल्ली बोळांचा उपयोग करू नका.
- कुणी पाठलाग करतंय असा संशय आला तर बेशक आरडाओरडा करून मदत मिळविण्याचा प्रयत्न करा.
- वाहन मिळत नाही म्हणून अनोळखी माणसाकडून लिफ्ट मागू नका. कुणी देऊ केली तर नकार द्या.
- कुणी अतिप्रसंग करण्याचा प्रयत्न केलाच तर प्रतिकार करता करता त्याचा चेहरा, कपडे, केसांचे वळण लक्षात ठेवण्याचा प्रयत्न करा.
- पोलिसात गुन्हा नोंदवताना त्याचा उपयोग होतो.
- जवळपासच्या पोलिस स्टेशनचा नंबर पर्समधील छोट्या डायरीत नोंदवून ठेवा.
- लाल तिखटाची पुडी वा डोळे सुन्न करण्याचे आधुनिक उपकरण जवळ बाळगायला हरकत नाही.
- बलात्कार करण्याचा प्रयत्न करणाऱ्याच्या अंगावर ओरखडे काढा. चावे घ्या. रक्त निघाले पाहिजे. तक्रार नोंदवताना नंतर त्याचा पुरावा म्हणून उपयोग होतो.
- पोलीस स्टेशनवर बलात्काराचा गुन्हा नोंदवण्यासाठी मागे-पुढे पाहू नका.
- हल्ली लहान, अबोध वयाच्या मुलींवर बलात्कार होण्याच्या घटना वाढल्या आहेत. आपल्या लहान मुलींना एकटं सोडू नका.
- शाळेतून येताना त्यांनी परक्या माणसांबरोबर बोलू नये, जाऊ नये, आईने बोलावले आहे वगैरे गोष्टी ऐकू नये. त्याच्याकडून खाऊ स्वीकारू नये हे त्यांच्या मनावर बिंबवा.
- घरात घरगडी ठेवताना त्याची चौकशी करा. त्याचा फोटो व हाताचे ठसे घेऊन फाईलला लावा. मुलीला शक्यतो त्याच्या भरवशावर सोडू नका.
- समजुतीला आलेल्या वयाच्या मुलींना हे सर्व नीट समजावून सांगा.
- मुलीची जात, बाईची जात असे सतत म्हणून त्यांच्यात न्यूनगंड उत्पन्न करू नका.

- मुलींबरोबर शक्यतो अधिक वेळ घालवा. त्यांना विश्वासात घ्या. अशी घटना घडलीच तर आधी मुलीनं घरी सांगावी इतका विश्वास तिला वाटला पाहिजे.
- स्वामी किंवा महाराज यांचे उदोउदो करून मुलींना तिथे नेऊ नका.
- प्रेम आणि लग्नाच्या भूलथापा देऊन मुले मुलींना विकतातसुद्धा. या विषयाची माहिती वयात आलेल्या मुलींना देऊन सावध राहण्यास सांगा.
- बलात्कार झाला म्हणजे स्त्रीची अब्रू पुरती गेली ही कल्पना मनातून हद्दपार करा.

१४

महाराष्ट्रातील स्त्री चळवळ

स्त्रीला गवसला तिचा आवाज
आणि लाभली संघटनांची साथ

एकोणिसाव्या शतकाच्या उत्तरार्धात स्त्रीवादाचे अस्फुट उद्गार जगभर उमटू लागले. महायुद्धोत्तर ते प्रखर झाले. स्त्रीमुक्ती आंदोलन जगभर कमी-अधिक प्रमाणात सुरू झाले. महाराष्ट्रासारख्या भारतातील एका विशाल प्रांतात त्या चळवळीने जोर धरणे अपरिहार्य होते. महाराष्ट्राला शिक्षणाची आणि पुरोगामी विचारांची परंपरा असल्याने तर स्त्रीमुक्ती चळवळ उत्तम प्रकारे रुजली आणि पसरली. पण ती वेगवेगळ्या शहरा, गावांमध्ये, तालुक्यांमध्ये वेगवेगळ्या काळी रुजली. भिन्न तऱ्हांनी विकास पावली अनेक संघटना, स्वायत्त गट, मंडळे काम करू लागली. त्यांची कार्यपद्धती, गती, ध्येय-धोरणांचे अग्रक्रम सर्व काही भिन्न होते. आजही ते तसेच आहे. चळवळीच्या प्रवाहात सामील असणाऱ्या अनेक संघटना, गट, मंडळे, संस्थांच्या कार्याचा परामर्श एका लेखात घेणे अशक्य आहे. चळवळीचा उगम, विकास, प्रातिनिधिक अशा काही संस्थांच्या कार्याचा थोडक्यात परिचय अशी स्थूलमानाने रूपरेखा हा या लेखाचा उद्देश आहे.

सामान्यत: असे म्हटले जाते की, स्त्रीमुक्तीचे वारे पाश्चात्त्य जगातून ह्या देशात शिरले त्यामुळे स्त्रीमुक्ती चळवळीची वाटचाल पाश्चात्त्य तऱ्हेने झाली ते आपल्या संस्कृतीशी सुसंगत नाही पण ह्या म्हणण्यात तथ्य नाही. पाश्चात्त्य स्त्री चळवळींवर दृष्टिक्षेप टाकला तर लक्षात येईल की, तेथील विचारवंतांनी विशेषत: फ्रेंचांनी स्वातंत्र्य, समता, बंधुत्व ह्या पायाभूत तत्त्वांवर समाजाची उभारणी व्हावी असे प्रतिपादन केले. समाजाचे अर्धे अंग असलेल्या स्त्री समुदायाला अर्थातच ती तत्त्वे लागू होणे अपरिहार्य होते. ही तत्त्वे सार्वत्रिक, सार्वजनिक, सर्वकालीन असल्याने जगभरातील स्त्री चळवळींनी

ती तत्त्वे पायाभूत मानली. हे तात्त्विक साम्य जगभरातील स्त्री चळवळींमध्ये राहिले. बाकी सर्वत्र देशकालपरिस्थितीच्या अंगानेच स्त्री चळवळी उदय पावल्या, विकसित झाल्या, कधी प्रगत तर कधी परागत होत राहिल्या.

अमेरिकन स्त्री चळवळीच्या पहिल्या टप्प्यात स्त्रियांनी मताधिकार मिळविण्यासाठी तीव्र झगडा केला. समाजाचे नियंत्रण करणाऱ्या शासनात सहभाग व आपले प्रतिनिधी निवडून देण्याचा हक्क मिळविण्यासाठी त्यांना संघर्ष करावा लागला. त्याचप्रमाणे पितृक संपत्तीत, कौटुंबिक वारशात हक्क मिळावा, राजकारणात अधिकाधिक स्थान मिळावे, आर्थिकदृष्ट्या स्त्रीने स्वावलंबी व्हावे ह्या उद्दिष्टांच्या प्राप्तीसाठीही येथील चळवळ कार्यरत झाली. (आपल्याकडे स्वातंत्र्यपूर्व कालात स्थानिक स्वराज्य संस्थांमध्ये व पुढे स्वातंत्र्योत्तर लोकशाहीत स्त्रियांना मताधिकार आपोआप मिळाला.)

अमेरिकेत दुसऱ्या टप्प्यात समान कामाला समान वेतन, आपल्याला केव्हा अपत्य हवे, गर्भधारणा केव्हा करून घ्यावी याविषयी स्त्रीने स्वत: निर्णय घेण्याचा हक्क, अन्यायकारक पुरुषी वर्चस्वाशी, लैंगिक अत्याचारांशी लढा, कामकाजाच्या ठिकाणी लिंगाधारित भेदभाव नको ह्या उद्दिष्टांच्या प्राप्तीसाठी स्त्री चळवळ कार्यान्वित होती. (तरीही आजतागायत कित्येक क्षेत्रांवर पुरुषी वर्चस्व कायम आहे.) स्त्री जेव्हा बाळंतपणाची रजा घेते, तेव्हा तिचा संगोपनाचा हक्क मान्य करून योग्य तेवढी रजा, कामाच्या ठिकाणी पाळणाघरे, काही दिवस अर्धवेळ कामाची मुभा अशा त्यावेळी केलेल्या मागण्या आजही पूर्णपणे तडीस गेलेल्या नाहीत. उलट आजच्या तीव्र स्पर्धेच्या काळात अशा मागण्यांकडे उपेक्षेने पाहिले जाते. पुरुषप्रधान संस्कृतीत स्त्रीवर कमकुवतपणाचे काही संस्कार मुद्दाम केले जातात. ती तिची वैशिष्ट्ये ठरली आहेत. ही वैशिष्ट्ये जन्मजात नव्हेत. घरकाम हे तिचे निसर्गदत्त कर्तव्य नव्हे. स्त्रीवर लादलेल्या ह्या वैशिष्ट्यांविरुद्ध व कामाविरुद्ध अमेरिकेतील स्त्री चळवळींनी लढा उभारला तेव्हा चळवळीचा सूर आग्रही, आक्रमक, उग्र होता.

चळवळीच्या तिसऱ्या टप्प्यात आग्रही कर्कशपणा कमी झाला. चळवळीतील ज्या अतिरेकी प्रवाहांमुळे समाजात विरोधी सूर उमटत होते, ते प्रवाह ओसरले. स्त्रीची आपली म्हणून जन्मजात वैशिष्ट्ये आहेत. त्यांचे भान राखून स्त्री-पुरुषांनी एकमेकांना पूरक ठरत, एकमेकांचा आदर करत, माणूस म्हणून समान पातळीवर एकमेकांच्या हातात हात गुंफून जगावे, काम करावे, समाजाची सेवा करावी ह्या सूत्राच्या अंगाने स्त्री चळवळ कार्यरत झाली. (ही समन्वय, सहकाराची भूमिका आपल्या संस्कृतीत अंगभूत आहेच तिच्यावर पुरुषप्रधानतेचा पडलेला पडदा दूर झाला आणि आपल्याकडेही आज त्या दिशेने स्त्री चळवळींची वाटचाल होऊ लागली आहे.) ह्या मुख्य प्रवाहाबरोबर, चळवळीशी सहानुभूती राखणाऱ्या संस्था, व्यक्तींचे सहकार्य, स्त्रियांच्यासाठी पुस्तकाची दुकाने, स्त्रीवादी राजकारण, पर्यावरणावर भर, मानवतावादी कार्यात सहभाग अशा

अनेक तऱ्हांनी स्त्रीवादी गट तिथे कार्यरत आहेत. हा नवीन प्रवाह जगभराच्या स्त्रीवादी चळवळींमध्ये आढळून येतो तसा तो आपल्याकडेही असल्याचे चित्र दिसते.

इंग्लंडमध्ये महायुद्ध काळात पुरुष जेव्हा लढाईत गुंतले तेव्हा इतर कामे निभावण्यासाठी स्त्रिया घराबाहेर पडल्या तेव्हापासून त्यांना अधिक आत्मभान येण्याची प्रक्रिया सुरू झाली. साहाजिकच साठीच्या दशकाआधी ट्रेड युनियन, कामगार स्त्रियांसाठी कल्याणकारी योजना, समान कामाला समान दाम, विषमतेविरुद्ध कायदे अशा अंगाने चळवळ वाढली. घर आणि कामाचे ठिकाण, घरकाम आणि रोजगार, कष्ट, उत्पादन, त्या प्रमाणात कष्टाचे मोल इत्यादी अंगांनी विचारमंथन झाले. संपही घडून आले. स्त्रीशिक्षण, बऱ्याच अंशी स्वयंनिर्णयाचे स्वातंत्र्य, आर्थिक स्वातंत्र्य, लैंगिक स्वातंत्र्य ह्या दृष्टीने इंग्लंडमधील स्त्री चळवळींनी बराच मोठा पल्ला गाठला. रशिया, पूर्व युरोप, पश्चिम युरोप यांचे वारे तत्कालिन भारतात येणे कठीण होते. त्यांची राजकीय स्थिती व स्त्री चळवळींचा एतद्देशीय स्त्री चळवळींवर फार कमी प्रभाव पडला.

ह्या सर्व पार्श्वभूमीवर आपल्याकडे महाराष्ट्रात उदारमतवादी पुरुषांनी प्रथम स्त्रीशिक्षणाच्या रूपाने एकतऱ्हेने स्त्री सुधारणांची मुहूर्तमेढ रोवली. स्त्रिया शिक्षित झाल्या. त्यांना परिस्थितीचे आकलन होऊ लागले. आजतागायत आपल्याला माणूस म्हणून वागविले नाही. शोषण केले, वापरले याचे त्यांना भान आले. त्यानंतर त्यांनी ह्या सर्व पारंपरिक जोखडातून मुक्त होण्यास हळूहळू चळवळ उभारण्यास सुरुवात केली. मोगली आक्रमणानंतर जवळजवळ पडद्यातच असलेल्या, कुटुंबात राबणाऱ्या, सर्व हक्कांपासून वंचित, सर्व तऱ्हेचा त्याग करणाऱ्या, उपभोग्य वस्तूसारखी वापरल्या जाणाऱ्या, कष्टप्रद आयुष्य जगणाऱ्या स्त्रीला वास्तवाचे भान येऊ लागले. तिचे क्षितिज विस्तारू लागले. पुढे ह्या सुशिक्षित स्त्रियांनी अन्य स्त्रियांना, कष्टकरी, शेतकरी, ग्रामीण स्त्रियांना आधी शिक्षण, आरोग्यविषयक जाणीव आणि नंतर त्यांच्या हक्काची जाणीव करून देण्यास सुरुवात केली. अर्थात हे सर्व एकसूत्रीपणे झाले असे नाही.

स्त्रीला आपल्या परिस्थितीची जाण यावी, आसपासचा समाज तिने डोळे उघडून निरखावा, आपले गुलामसदृश आयुष्य अन्यायकारक असल्याचे तिने जाणावे, आपली बुद्धी सक्षमपणे वापरावी, समाजाचा हा अर्धा भाग आपली कार्यक्षमता, ऊर्जा वापरू लागावा म्हणून महात्मा ज्योतिबा फुले, सावित्रीबाई फुले, महर्षी अण्णा कर्वे यांनी अनेक अडचणी, संकटे व पराकोटीचा विरोध सहन करीत स्त्रीशिक्षणाचे मोठे कार्य उभे केले. त्याचबरोबर केशवपनाची अमानुष चाल बंद करणे, विधवाविवाह घडवून आणणे, वगैरे सुधारणांचे काम नेटाने पुढे नेले.

रघुनाथराव कर्वे फ्रान्सहून परतले, तेव्हा त्यांनी फ्रेंच विचारवंतांची पुस्तके अभ्यासली होती आणि त्या विचारांची तार्किकता पटल्यावर त्यांचा पूर्ण स्वीकार केला होता. येथील परिस्थिती लक्षात घेता ते विचार काळाच्या फार पुढे होते. व्यक्ती म्हणून स्त्रीचे

सर्व तऱ्हेचे स्वातंत्र्य रघुनाथरावांनी 'समाजस्वास्थ्य' मासिकातून सातत्याने उद्‌घोषित केले. त्याला पूरक, सहाय्यक असे कुटुंबनियोजनाचे कार्य एका हाती चालविले. आगरकरांनी स्त्रीशिक्षण, स्त्रीचे व्यक्तिस्वातंत्र्य, तिला शोषणमुक्त करण्याची गरज, तिचे हक्क याविषयी 'सुधारक' या आपल्या वर्तमानपत्रातून वारंवार प्रतिपादन करीत समाजजागृतीचा प्रयत्न सतत केला. बाबासाहेब आंबेडकरांनी स्त्रीशिक्षण, कुटुंबनियोजन, सामाजिक समता यावर भर दिला. पुढे भारतीय राज्यघटना निर्माण करताना त्यांनी लिंगविरहित समानतेचे सूत्र सर्वत्र वापरले.

या काळात सावित्रीबाई फुले, पंडिता रमाबाई, आनंदीबाई जोशी, ताराबाई शिंदे, रमाबाई रानडे, काशीबाई कानिटकर ह्यासारख्या स्त्रियांनी कुटुंबाच्या परिघाबाहेर पडून सामाजिक सुधारणेसाठी कार्य केले. ताराबाई शिंदे यांचा 'स्त्रीपुरुष समानता' हा प्रदीर्घ लेख स्त्रीवादाच्या दृष्टीने विशेषत्वाने लक्षात घ्यायला हवा. त्यात कुठेही आक्रस्ताळेपणा नाही. ऋजु भाषा आणि तार्किकता हे त्या लेखाचे विशेष आहेत.

यावेळी महाराष्ट्रात समाज सुधारणा, विधवा विवाह, संतती नियमन, लग्नाच्या संमती वयात वाढ, स्त्रीशिक्षण, स्त्री आरोग्य अशा तऱ्हेने स्त्रीमुक्तीला अनुकूल कार्य हळूहळू गतिशील होत होते. तरी स्त्रीमुक्तीची अशी चळवळ सुरू झाली नव्हती. सुशिक्षित, विचारी, प्रगतिशील पुरुषांनी समाजसुधारणेचा एक भाग म्हणून स्त्रीला सुबुद्ध करण्याच्या प्रयत्नातून सुरू झालेले ते कार्य होते. ह्या कार्यामुळे समाजातील सुशिक्षित स्त्रियांना आत्मभान आले. त्यांनी अर्थात आपले विचार देशकालपरिस्थिती लक्षात घेऊन बेताबेताने समाजाच्या गळी उतरविण्यास सुरुवात केली. ह्या प्रयत्नांना विस्तृत चळवळीचे स्वरूप अद्याप लाभलेले नव्हते. पण ही सुरुवात पाश्चात्त्य स्त्रीवादी चळवळीपेक्षा वेगळी आणि वैशिष्ट्यपूर्ण होती. सामाजिक, शैक्षणिक क्षेत्रात स्त्री स्वसामर्थ्य जाणून कार्यरत झाली होती. वेगवेगळी मंडळे, संस्था स्थापून कार्य करू लागली होती.

याला जोड मिळाली ती महात्माजींच्या स्वातंत्र्य चळवळीची. सत्याग्रहासाठी आवश्यक असलेली सहनशीलता, चिकाटी, सहिष्णुता, मनोनिग्रह भारतीय स्त्रियांकडे विपुल असल्याचे गांधीजी जाणून होते. त्यांच्या अहिंसक आंदोलनात स्त्रिया मोठ्या प्रमाणात सामील झाल्या. गांधीजींनी आवाहन केल्यावर उंबरठ्याच्या आत राहण्याचे स्त्रियांवरचे बंधन गळून पडले. अशिक्षित, अल्पशिक्षित, उच्चशिक्षित अशा सर्व स्त्रिया स्वातंत्र्यलढ्यात सामील झाल्या. त्याचबरोबर हरिजनोद्धार, सफाई मोहीम, स्वावलंबनासाठी शेती, सूतकताई, शिक्षणप्रसार अशी कार्ये अनेक तरुणी खेडोपाडी जाऊन करू लागल्या. अशा तऱ्हेने स्त्रियांच्या बाबतीत सामाजिक सुधारणा आणि राजकीय आंदोलनातील त्यांचा सहभाग एकमेकांना पूरक आणि गतिमान करणारे ठरले.

अखिल भारतीय महिला परिषद १९२७ मध्ये स्थापन झाली. ती स्त्रीप्रश्न विषयक

कामे करू लागली. अल्पवयीन मुलींच्या लग्नाला प्रतिबंध करण्यासाठी सारडा कायदा, स्त्रीच्या वारसा हक्काचा कायदा, विवाहविषयक कायदे, हिंदू कोड बिल असे स्त्रियांना हक्क मिळवून देणारे कायदे होण्यासाठी या परिषदेचे कार्य सहाय्यभूत झाले.

स्वातंत्र्यप्राप्तीनंतर मात्र स्त्री स्वातंत्र्याची चळवळ थंडावल्यासारखी झाली. तरीही स्त्रीशिक्षणाने मूळ धरले होते. अनेक स्त्रिया आपली गुणवत्ता, क्षमता लक्षात घेऊन जाणीवपूर्वक नोकरी करत होत्या. त्यांना आर्थिक स्वावलंबनाबरोबर कामाचा आनंदही मिळत होता. इतर अनेक स्त्रिया आर्थिक गरजेपोटी नोकरी करू लागल्या होत्या, त्यांनाही एक प्रकारचे स्वावलंबित्व मिळाले होते. विशाल जगात वावरणाऱ्या सुशिक्षित अशा या स्त्रियांना पुरुषप्रधान मूल्यव्यवस्थेतील अन्यायकारकता आणि शोषण यांची जाणीव होत होती.

महाराष्ट्रात सत्तरच्या दशकात स्त्रीमुक्ती चळवळीने खरा जोर पकडला. १९७५च्या आंतरराष्ट्रीय महिला वर्षाने व नंतरच्या महिला दशकाने स्त्री चळवळीला दिशा आणि गती मिळाली. त्या आधीपासूनच मृणाल गोरे प्रभृती स्त्री नेत्या, स्त्रियांचे प्रश्न सोडवण्यासाठी कार्यरत होत्या. त्यांनी महागाईविरोधी आंदोलन केले. त्यात खूप मोठ्या संख्येने स्त्रिया सामील झाल्या. १९७५ नंतर स्त्रियांचे अनेक गट स्त्रीमुक्तीचे कार्य करू लागले. पण त्यांच्या ध्येयधोरणांची एकमेकांशी जोडणी नव्हती. एक शिखर संस्था आणि इतर सगळ्या त्या संस्थेशी संलग्न असे नव्हते. सुनिश्चित प्रकल्पांची आखणी कार्याचे टप्पे पाडून ते साध्य करीत जाणे असे काहीच नव्हते. सैलसर रचना आणि अनौपचारिक पद्धतीने कार्य चालू होते. काही स्वायत्त संघटना वा गटांनी मात्र कार्य वाढवीत नेले. इतर संघटनांना एकत्र आणून विशिष्ट प्रश्न तडीला जाईतो लावून धरले. अशांपैकी काही प्रातिनिधिक संघटनांचे कार्य पाहिले की, एकंदर कार्याची व फलश्रुतीची कल्पना येईल.

ऑक्टोबर १९७५ मध्ये स्त्रीमुक्ती संघर्ष समितीतर्फे स्त्रियांची राज्यव्यापी परिषद भरली. ती महाराष्ट्रातील स्त्री चळवळींच्या दृष्टीने महत्त्वाची घटना ठरली. स्त्रियांचे विविध प्रश्न घेऊन त्यावर चर्चा घडून ठराव मंजूर झाले. या परिषदेसाठी महाराष्ट्रातील निरनिराळ्या जिल्ह्यांतून आदिवासी, शेतमजूर, कामगार, मध्यमवर्गीय गृहिणी, व्यवसाय करणाऱ्या स्त्रिया, देवदासी अशा अनेक स्तरातील स्त्रियांनी हजेरी लावली. या परिषदेला हजर असणाऱ्या काही जणींनी मिळून मुंबईत स्त्रीमुक्ती संघटनेची स्थापना केली. तशीच काही जणींनी पुण्यात पुरोगामी महिला संघटनेची स्थापना केली. याखेरीज अनेक स्वायत्त गट व संस्था उदयाला आल्या. सर्व तऱ्हेचे जुलूम, मारहाण, जाळणे, भाजणे, उपाशी ठेवणे, गुरासारखे राबविणे, यापासून वस्तूसारखे विकणे, गहाण टाकणे इथपर्यंत अत्याचार सर्रास सहन करणाऱ्या स्त्रियांच्या समस्या होत्या तसेच सूक्ष्म हेटाळणी होणाऱ्या, दुय्यम स्थान असणाऱ्या, निर्णय स्वातंत्र्य नसणाऱ्या स्त्रियाही वेगळ्या तऱ्हेच्या समस्यांचा

सामना करीत होत्या. या साऱ्यांचा विचार करून ध्येयधोरण, तत्त्वे वगैरे ठरविण्यास स्त्रीमुक्ती संघटनेच्या सदस्यांनी अभ्यास, चर्चा वगैरे करून वैचारिक बैठक पक्की केली. १९७८ मध्ये स्त्रीमुक्ती संघटनेचा जाहीरनामा सादर झाला. स्त्री चळवळ म्हणजे काय आणि तिचे कार्य काय असावे हे समजून घेण्याच्या दृष्टीने हा जाहीरनामा उद्बोधक आहे.

या संघटनेच्या कार्यकर्त्यांनी पुढील काळात भरपूर कार्य करून स्त्रीमुक्तीची संकल्पना जनसामान्यांपर्यंत पोहोचविली. त्याची थोडक्यात रूपरेषा व जाहीरनाम्याचा गोषवारा बघितल्यास महाराष्ट्रातील स्त्री चळवळीचे स्वरूप समजण्यास मदत होईल. (यासाठी संघटनेच्या सदस्या स्मृतिका पाटील यांच्या लेखातील माहितीचा आधार घेतला आहे.)

संघटनेचा जाहीरनामा घोषित करतो

''आर्थिक, सामाजिक, राजकीय, सांस्कृतिक व मानसिक पातळीवर स्त्रीचे स्थान पुरुषांच्या तुलनेत दुय्यम आहे. हे दुय्यमत्व सर्वच स्त्रीप्रश्नांचे उगमस्थान आहे. स्त्रियांचे दुय्यम स्थान नैसर्गिक नसून इतिहासक्रमात तयार झालेले आहे आणि म्हणूनच वैयक्तिक व सामूहिक संघर्षातून ते नष्ट करून समानता प्रस्थापित करता येईल. या संघर्षात संपूर्ण पुरुषजात आपली शत्रू नसून हा संघर्ष आपल्याला सर्वप्रकारच्या पुरुषी मूल्यांविरुद्ध (स्त्रियाही या मूल्यांच्यावाहक असतात.) करायचा आहे. स्त्री चळवळीच्या या संघटित प्रयत्नात समाजातील इतर श्रमिकांच्या संघटित चळवळींची साथ घेऊन वर्गव्यवस्था, जातिव्यवस्था व पुरुषप्रधान समाजरचना या सर्वांशी संघर्ष करावयाचा आहे. लिंगभेद, जातिभेद, वर्णभेद, वर्गभेद इत्यादी असमानतेवर आधारित समाजरचना बदलण्यासाठीचा हा संघर्ष आहे. म्हणूनच स्त्रीमुक्तीचा लढा हा मानवमुक्तीच्या लढ्याचा एक भाग आहे.'' स्त्रीमुक्ती व स्त्री-पुरुष समानतेचा विचार समाजात सर्वत्र रुजविणे हे संघटनेचे मुख्य उद्दिष्ट होते. समाजाच्या अगदी तळापर्यंत गरीब, ग्रामीण, अशिक्षित जनतेपर्यंत पोहोचण्यास संघटनेच्या कलापथकाने गाण्यांचे, नाटुकल्यांचे माध्यम स्वीकारले.

महिला मंडळे, शहरी सुशिक्षित स्त्रिया, कारखान्यातील कामगार, शेतमजूर अशा निरनिराळ्या स्त्रियांसमोर कार्यक्रम सुरू झाले. 'स्त्रीमुक्तीची ललकारी' या नावाचे त्या गाण्यांचे पुस्तकही निघाले ते फार लोकप्रिय झाले. महाराष्ट्रातील खेडोपाडी ही गाणी पोहोचली. या खेरीज स्त्रीमुक्तीसाठी तयार केलेली पोस्टर्सही प्रभावी ठरली. त्यामुळे निरक्षर स्त्रियांपर्यंत थेट पोहोचता आले.

स्त्रियांचे आरोग्य, मासिक पाळी, गरोदरपण, बाळंतपणाबद्दल शास्त्रशुद्ध माहिती देऊन चर्चा करण्यासाठी स्लाईड शोचा अंतर्भाव असलेले विविध कार्यक्रम तयार केले गेले. स्त्री-पुरुष समानतेचे संस्कार मुला-मुलींवर जाणीवपूर्वक करायला हवेत.

त्यासंदर्भातील स्लाईड शोही लोकांना सजग करण्यात यशस्वी झाला.

मराठी समाजमनावर खोल ठसा उमटविणाऱ्या ज्योती म्हापसेकर यांच्या 'मुलगी झाली हो' या नाटकाने एक झंजावातच निर्माण झाला. या नाटकाचे १२०० च्या वर प्रयोग अनेक भाषांमध्ये झाले. या नाटकामुळे सर्व वयोगटातील स्त्री-पुरुष कार्यकर्त्यांचा ओघ संघटनेकडे वळला. नंतर ज्योती म्हापसेकर यांच्याच 'हुंडा नको ग बाई' व 'बाप रे बाप' (गर्भजल परीक्षा, स्त्रीभ्रूण हत्या या विषयावरील नाटक) ह्या नाटकांचे प्रयोग परिणामकारक ठरले. संघटनेने अनेक स्त्रीविषयक माहितीपूर्ण पुस्तिका प्रकाशित केल्या. १९८५ मध्ये 'स्त्रीमुक्ती यात्रा' हा महत्त्वाकांक्षी कार्यक्रम स्त्रीमुक्ती संघटनेने राबविला. जोडीला 'मैत्रिणी' नावाचा छोटा गट होता. काही सभासद दोन्हीत सामाईक होते म्हणून सहकार्याने हा उपक्रम सुरू झाला. स्त्री प्रश्नावरील काही खास रचनात्मक कार्यक्रमांसाठी स्थानिक महिला मंडळांना कृतिशील करणे, स्त्रीमुक्तीचा प्रचार करणे ही या उपक्रमाची मुख्य उद्दिष्टे होती, या उपक्रमाअंतर्गत अनेक ठिकाणे विंचरून काढली. पोस्टर्स व पुस्तकांची प्रदर्शने, विद्यार्थी-विद्यार्थिनींचे मेळावे, महिला मेळावे, स्लाईड शो, परिसंवाद, चर्चा व रात्री कलापथकाचे कार्यक्रम असा भरगच्च कार्यक्रम असे. जाणीव जागृतीच्या दृष्टीने ही यात्रा कमालीची यशस्वी ठरली. पुढे स्त्री-पुरुष समानता यात्राही आयोजित केली. स्त्रीचळवळ विषयी सर्व तऱ्हेची माहिती देण्यास संघटनेचे मुखपत्र 'प्रेरक ललकारी' सुरू झाले.

मानसिक व शारीरिक आरोग्य, मूल्यशिक्षण, व्यवसाय मार्गदर्शन, व्यसनमुक्ती, लैंगिक शिक्षण असा सर्वसमावेशक 'जिज्ञासा' हा प्रकल्प ठाण्याची इन्स्टिट्यूट ऑफ सायकॉलॉजिकल हेल्थ, मुंबई पोलिसांचे अमली पदार्थविरोधी दल व स्त्रीमुक्ती संघटना यांनी संयुक्तपणे राबविला.

संघर्षात्मक कामात अनेक स्त्रीसंघटनांनी एकत्र येऊन काम केले. त्यात संस्थेचा सहभाग राहिला. पोलीस स्टेशनमध्ये झालेल्या मथुरा बलात्कारप्रकरणी पोलीस सहीसलामत सुटले. त्यावरून संपूर्ण देशात स्त्रियांवर होणाऱ्या हिंसाचार व बलात्कारविरोधात वादळी मोहीम सुरू झाली. त्यातून सर्व स्त्री संघटनांनी बलात्कारविरोधी मंच स्थापन केला. त्यायोगे अशा अत्याचारविरोधात न्याय मिळवून देण्यासाठी स्त्रियांचा दबाव गट तयार झाला.

मंजुश्री सारडा केसनंतर हुंड्याच्या प्रश्नावरून ह्या सर्व स्त्रीसंघटनांनी सर्व समाज ढवळून काढला. याच्या परिणामी हुंडाविरोधी कायद्यांची व्याप्ती वाढली. स्त्रियांच्या कौटुंबिक समस्यांमधून मार्ग काढण्यास सहाय्य व मार्गदर्शन करण्यास संघटनेने समस्या निवारण केंद्र सुरू केले. काही वकिलांच्या मदतीने विविध केसेसमध्ये कायदेविषयक मोफत सल्ला दिला जाऊ लागला. काही समस्यांमध्ये जवळपासच्या लोकांची मदत घेऊन सामाजिक दबाव गट तयार करून समस्या सोडविण्याचे प्रयत्न होऊ लागले.

संघटनेतर्फे समस्यापीडित स्त्रीला मदत करून आवश्यकतेनुसार तिच्या पुनर्वसनाचे काम केले जाऊ लागले. नोकरी करणाऱ्या स्त्रीला मुलांच्या संगोपनासाठी उत्तम तऱ्हेची पाळणाघरे हवीत, ही पाळणाघरे केवळ 'सांभाळघरे' न होता संगोपनगृहे व्हावीत. त्याबरोबरच तिथे नोकरी करणाऱ्या स्त्रीला चिरलेली भाजी, खवलेला नारळ वगैरे अन्य मदत काही प्रमाणात मिळावी अशा तऱ्हेची सेवाघर योजना संघटनेने महाराष्ट्र सरकारला सादर केली सरकारकडून जिथे जागा उपलब्ध झाली तिथे सेवाघरे चालविली जाऊ लागली.

कचरावेचक महिला समाजाला संघटित करून त्यांचे अनेक प्रश्न सोडविणे, त्यांच्या मुलींच्या शिक्षणाची व्यवस्था, त्यांचे बचत गट स्थापन करणे, कचऱ्याच्या प्रदूषणातून शहराची सोडवणूक करण्यास कचरावेचक महिलांना ओल्या सुक्या कचऱ्याचे वर्गीकरण करून ओल्या कचऱ्याचे खत बनविण्याचे प्रशिक्षण देऊन खत निर्मितीचा प्रकल्प 'परिसर विकास' या नावाने मुंबई महापालिकेच्या मदतीने २० ठिकाणी राबवला जाऊ लागला.

मुंबईच्या वस्त्यांमध्ये साक्षरतेचा प्रचार, प्रसार, रेशनिंगशी निगडित प्रश्नांची माहिती करून घेऊन अधिकारी वर्गासमवेत बैठका, चर्चा वगैरे होऊन रेशनिंग कृती समितीचे मोठे काम अनेक संघटनांनी संयुक्तपणे हाती घेतले.

राष्ट्रीय एकता समितीच्या अनेक सहभागी संघटनांसमवेत काम करताना दंगलग्रस्तांची नोंद, मदत, पुनर्वसन योजनेचा लाभ मिळवून देणे, दंगली शमविण्याच्या कार्यात लोकांचे प्रबोधन अशीही काम संघटना करीत असते.

जोमदार कार्य करणारी आणखी एक संघटना म्हणजे 'नारी समता मंच.' १९८२ मध्ये स्थापन झालेल्या ह्या संघटनेने मंजुश्री सारडा मृत्युप्रकरणी रान उठविण्यात पुढाकार घेतला. तिचे पती शरद सारडा सर्वोच्च न्यायालयातून सुटल्यावर पुनर्विचारासाठी सह्यांची मोहीम हाती घेतली. ह्या सर्वातून पुढे '४९८ अ' हे कायद्याचे कलम सरकारने पारित केले व आत्महत्येला प्रवृत्त करणे हा गुन्हा ठरला. त्या काळात संघटनेने उघडलेले 'बोलत्या व्हा' हे केंद्र पुढे स्त्री अत्याचारविरोधी केंद्रात रूपांतरित झाले. स्त्रीने निर्भयपणे सुरक्षितपणे वावरावे म्हणून बस, रेल्वे स्थानकांवरून रिक्षा घेणाऱ्या महिला व रिक्षांचे नंबर यांची नोंद पोलिसांनी करावी म्हणून कार्य हाती घेतले. गणेशोत्सवात महिलांना सुरक्षित प्रवास करता यावा म्हणून रिक्षा युनियनचे सहकार्य घेतले. कामाच्या ठिकाणी होणाऱ्या लैंगिक छळाच्या बाबतीत जो 'विशाखा' आदेश न्यायालयाने दिला आहे त्याबाबत 'जाणीव जागृती मोहीम' हाती घेतली. अशा कार्यांच्या जोडीने प्रबोधनाचे काम, धर्मांधतेविरोधात जाणीव जागृतीचे काम, गर्भलिंगचिकित्सेविरुद्ध निदर्शने, तरुण– तरुणींसाठी लैंगिकता कार्यशाळा, माहिती अधिकारासंदर्भात प्रबोधन, नर्मदा बचाओ आंदोलनाशी सहकार्य, ग्रामीण स्त्रियांसाठी बचत गट, आरोग्य शिक्षण, पाणी व्यवस्था, स्त्रिया, मुलांसाठी आधारगृहे अशा अनेक अंगांनी संघटनेने आपले चळवळीतील कार्य

जोमाने चालू ठेवले आहे.

महिला दक्षता समितीही आणखी एक महत्त्वाची संघटना. श्रीमती प्रमिला दंडवते यांनी समविचारी महिलांसह तिची स्थापना केली. परंपरेने, संस्काराने, धर्माने लादलेली बंधने माणूस म्हणून स्त्रीवर सतत अन्याय करीत आली आहेत. स्त्रीचे शोषणही सातत्याने घडत आले आहे हे ठामपणे मांडण्याच्या, तसा प्रश्न विचारण्याच्या गरजेतून महिला दक्षता समिती स्थापन झाली. संघटनेच्या कार्यकर्त्या संघटनेचे वेगळेपण नमूद करताना म्हणतात, 'स्त्री ही सहानुभूतीची वस्तू म्हणून तिचे कल्याण व्हावे अशी भूमिका न घेता तिला माणूस म्हणून जगण्याचा अधिकार नागरिक म्हणून समान अधिकार मिळावा असा विचार स्थापनेमागे आहे. संघटनेची ध्येयधोरणे त्यांच्या घटनेनुसार

१.   स्त्रियांना अधिकाराची जाणीव करून देणे

२.   मानवाधिकार

३.   स्त्रीची प्रतिमा उंचावणे, पीडितेला साह्य, संरक्षण

४.   लोकशाही, न्याय, निधर्मी भाव, समानता ह्या मूल्यांची जोपासना

५.   अधिकाराबरोबर जबाबदारीची जाणीव

ह्या ध्येयधोरणांशी सुसंगत असे कार्य संघटना करीत आली आहे. संघटनेने देशभर कुटुंब सल्ला केंद्रे, कायदा केंद्रे काही ठिकाणी ह्या जोडीला अल्पकालीन निवारागृहे चालविली आहेत. केवळ मुंबईत तीन हजार प्रकरणांमध्ये संघटनेने त्या त्या स्त्रीच्या गरजेनुसार मदत केली आहे. वैवाहिक समस्यांमध्ये समुपदेशनही केले आहे. गंभीर, पराकोटीला गेलेल्या समस्यांबाबत कायदा तोकडा पडतो असे ध्यानी आल्याने स्त्रिया व त्यांच्यासाठी संरक्षक कायद्यांचा अभ्यास, कायद्यातील त्रुटी दूर होण्यासाठी मागण्या, कायद्यांमधील बदलाची आवश्यकता काय ते मांडणे, कोणत्याही जातीधर्माच्या सर्वसामान्य स्त्रीला तिच्यासाठी आवश्यक कायद्यांची ओळख करून देणे यासाठी शिबिरे, वस्ती पातळीवर, विद्यालय, महाविद्यालयांमध्ये व स्त्री संस्थांमध्ये अभ्यास, चर्चा सत्रे घेतली आहेत. गरीब गरजू स्त्रियांसाठी अर्थार्जनाचे प्रकल्प राबविले जातात. असंघटित स्त्रियांच्या कामाबद्दलच्या अहवालावर सर्व स्त्री संघटनांचे चर्चासत्र, परित्यक्ता परिषद, व्यसनमुक्तीवरील अभ्याससत्रे, सुखशांती निवारा घराच्या व्यवस्थापनात सहभाग, स्त्री भ्रूण हत्येविरोधात उठाव असे विविधांगी कार्य संघटनेच्या कार्यकर्त्यांनी केले आहे. मुंबई पोलिसांनी हॉस्पिटलमध्ये दाखल झालेल्या जळीत स्त्रियांबद्दल 'हेल्प' हा प्रकल्प चालविला होता त्यात संघटना सहभागी होती. जळगाव वासनाकांड व तत्सम प्रकरणे धसास लावण्यासाठी इतर संघटनांबरोबर सहभाग, ४५० अल्पवयीन मुलींची मुक्तता पोलिसांनी कोठ्यावरून केली त्या साठी सर्वतोपरी सहाय्य केले. बॉम्बस्फोटांनंतर केलेल्या सर्वेक्षणात सरकारला मदत केली. राज्य महिला आयोगाच्या मागणीसाठी राज्यव्यापी संघटनांची बैठक आयोजित केली. ही मागणी मान्य करून

घेतली. हुंडाविरोधी कार्य, हुंड्यामुळे अत्याचारितांना मदत व न्याय मिळवून देण्याचे मोठे कार्य महिला दक्षता समितीने चालविले आहे. नीलम गोऱ्हे यांनी हडपसरला असलेल्या वस्तीवाड्यांमधील स्त्रियांचे प्रश्न धसास लावण्यासाठी आधी दहाजणींची निमंत्रक समिती नेमली. त्या नित्यनेमाने जमू लागल्यावर ८ मार्च १९८१ ला क्रांतिकारी महिला संघटनेची स्थापना केली. संघटनेच्या बैठकांना कुणी जागा देईना पण वस्तीवरच्या मंडळींनी बुद्ध-विहारात जागा दिली. नंतर 'हिंदू कोड बिला'ने स्त्रीला न्याय मिळण्याची व्यवस्था झाली व घटनेद्वारे स्त्री स्वातंत्र्याचे दार खुले केले म्हणून डॉ. आंबेडकर जयंती साजरी केली. महादेवनगर व सातववाडी इथे जाहीर सभा आयोजित केल्या.

शेतमजूर स्त्रियांचे प्रश्न, रोजगार, कुटुंबातील मारहाण, परित्यक्ता स्त्रियांचे प्रश्न, अंधश्रद्धा व जातीयतेचे प्रश्न, आरोग्यविषयक अज्ञान वगैरें अनेक समस्या समोर होत्या त्याबाबत सातत्याने कार्य केले. दीड वर्षात दीडशे स्त्री अत्याचाराच्या केसेस आल्या. संवाद, कायद्याची मदत, वैद्यकीय मदत, पोलिसांवर दडपण, रोजगाराबाबत माहिती, स्त्री आरोग्य शिक्षण कायद्यांबाबत अभ्यासवर्ग अशा स्वरूपाचे काम सातत्याने होऊ लागले. पुष्कळदा नारी समता मंचच्या सहकार्याने काम केले जाऊ लागले. 'नव्या सावित्रीची कथा', 'पानी ग पानी', 'अपुरा लढा', 'कशासाठी पोटासाठी' इत्यादी पथनाट्यांद्वारे जाणीव जागृतीचे कार्य केले. विधायक स्वयंसेवी आधार सेवा हा पुढील काळाचा महत्त्वाचा भाग असणे अपरिहार्य आहे व स्त्री चळवळीचा रोख, अतिरिक्त श्रम, धूर, कुपोषण, अत्याचार यातून स्त्रियांची व पुरुषांचीही मुक्ती करण्याकडे असावा अशी संघटनेची भूमिका आहे.

हमीद दलवाईंनी मुस्लिम सत्यशोधक मंडळाची स्थापना केली. त्या मंडळाच्या माध्यमातून मेहरून्निसा दलवाई यांनी तलाकपीडित मुस्लिम महिलांसाठी मोठे कार्य उभे केले. मुस्लिम महिलांना शिक्षणासाठी उद्युक्त करणे, त्यासाठी मदत, मुस्लिम महिला परिषदेचे आयोजन, स्त्रियांना समान हक्क व समान नागरी कायद्याची मागणी, द्विभार्या प्रतिबंधक व जबानी तलाकवर बंदी यासाठी अत्यंत प्रतिकूल परिस्थितीत प्रसंगी जिवावर उदार होऊन मंडळाच्या कार्यकर्त्यांनी कार्य केले. मंडळाच्या हुसेन जामदार यांनी कोल्हापूरला तलाकपीडित महिलांच्या मुलांसाठी मोफत वसतिगृह उभे केले. मंडळीने शहाबानो निकालाच्या बाजूने जनमत तयार करण्यास महाराष्ट्रभर 'तलाक मुक्ती मोर्चा' या ऐतिहासिक जनअभियानाचे आयोजन केले.

मुस्लिम महिला हक्क संरक्षण विधेयकाने त्या महिलांचे संरक्षण होणे दूरच उलट त्या महिलांना १२५ व्या कलमातून वगळण्यात आले. पोटगीचा हक्क काढून घेण्यात आला. तलाकपीडितेची जबाबदारी वक्फ बोर्डाकडे व नातेवाईकांकडे सोपविली. दारिद्र्याने पिचलेला बहुसंख्य मुस्लिम समाज ही जबाबदारी पेलणे अशक्य होते. अशा परिस्थितीत तलाकपीडित मुस्लिम महिला निराधार होणार होत्या. या विधेयकाला

मंडळाने प्राणपणाने विरोध केला. कुटुंब नियोजनाचे कार्य, तलाकपीडित महिलांसाठी महिला उद्योगांची स्थापना, धर्मनिरपेक्षतेवर चर्चासत्रे असे भरभक्कम कार्य अत्यंत प्रतिकूल परिस्थितीत मंडळाने चालविले असून, जनजागृती करण्यात त्यांना यश येते आहे. या प्रातिनिधिक संघटना वगळता अनेक स्वायत्त गट, संघटना आज महाराष्ट्रभर कार्यरत आहेत. (१) जागृती, (२) संघर्षात्मक कार्य, (३) संस्थात्मक काम, (४) वस्ती. ग्रामीण भागातील या पातळ्यांवर त्यांचे कार्य चालू आहे. या सर्व गटांनी, संघटनांनी स्त्रीचळवळीचा प्रवाह सशक्त केला अभ्यासपूर्वक स्त्रियांच्या प्रश्नांची स्त्रीवादी भूमिकेतून मांडणी केली. अनेक गंभीर प्रश्नांबाबत हे गट व संघटना एकत्र आले व मोठा संघर्ष उभा केला. त्यांच्या मागण्यांमुळे सरकारला कुटुंब न्यायालयांची, महिला आयोगाची स्थापना करावी लागली. कौटुंबिक सल्ला केंद्रे चालविण्यास मान्यता व मदत द्यावी लागली. संघटनांनी उचलून धरलेल्या प्रश्नांची व मागण्यांची वेळोवेळी नोंद घेऊन त्याबद्दल कार्यवाही करणे सरकारला भाग पडले. स्त्रीचळवळीच्या रेट्यांमुळे विविध राजकीय पक्षांनी आपापल्या महिला आघाड्या स्थापन केल्या. स्थानिक स्वराज्य संस्थांमध्ये स्त्रियांना ३३% आरक्षण मिळाले. यामुळे दहा लाखांहून अधिक स्त्रिया निवडून आल्या. पंचायतीच्या माध्यमातून त्यांनी ग्रामस्वच्छता, महिलांना पाण्यासाठी वणवण करावी लागते तो पाणी प्रश्न तडफेने सोडविणे, व्यसनमुक्ती, सहकारी तत्त्वावर शेतमाल विक्री, अल्पबचत गटांची स्थापना अशी अनेक कामे केली.

विविध राजकीय पक्षांच्या महिला आघाड्यांनीही स्त्रीप्रश्नांवर कार्य करायला सुरुवात केली. महाराष्ट्र शासनाचे महिला धोरण जाहीर झाले. महिलांचे सबलीकरण करण्याच्या दिशेने अनेक तऱ्हेचे उपक्रम व योजना शासनानेच राबविल्या. मुलींच्या शिक्षणाला चालना मिळावी म्हणून मुलींना दहावीपर्यंत फी माफी जाहीर केली. सावित्रीबाई फुले दत्तक योजनेअन्वये मुलींच्या शिक्षणाचा, कपड्याचा खर्च उचलण्यास अनेकांना उद्युक्त केले. अनेक योजनांमध्ये स्वायत्त गट व संघटनांनी सरकारला सहाय्य केले. स्त्रियांच्या स्वयंसहाय्यता गटांचे जाळे उभे राहिले. अल्पबचत गटातून स्त्रियांना ग्रामोद्योगासाठी कर्ज सहाय्य उपलब्ध झाले. स्त्रियांच्या सहकारी संस्थांना मदत मिळाली. (या बाबतीतही स्त्री संघटनांनी, स्वायत्त गटांनी आपापले कार्य चालविले त्याला सरकारनेही सहाय्य देऊ केले. इथे प्रेमाताई पुरव यांच्या 'अन्नपूर्णा महिला उद्योगा'चा उल्लेख करायला हवा. अनाथ, परित्यकता निराधार स्त्रियांना त्यांनी उद्योग मिळवून दिला. स्वत:च्या पायावर उभे केले. जगण्याचे बळ दिले.) या खेरीज परदेशी आर्थिक मदत मिळविणाऱ्या (एनजीओ) बिगर शासकीय संस्थानीही स्त्रियांसाठी विविध प्रकल्प हाती घेऊन ते योजनाबद्धरीतीने पार पाडले.

स्त्रीवादी मासिकांनीही उत्तम कामगिरी केली. स्त्रीमुक्ती आंदोलन संपर्क समितीची स्थापना, 'बायजा' ह्या मासिकाच्या संपादक मंडळाने पुढाकार घेऊन केली. 'बायजा',

'मिळून साऱ्याजणी', 'प्रेरक ललकारी', 'स्त्री उवाच' अशा स्त्रीवादी मासिकांनी स्त्रियांच्या विविध प्रश्नांची मांडणी केली व स्त्री समस्यांना मासिकांमधून वाचा फोडली. काही विधायक उपक्रमही केले. 'मिळून साऱ्याजणी' मासिकाच्या संपादक विद्या बाळ यांच्या नेतृत्वाखाली सखी मंडळाचे जाळे उभारले आहे. ह्या मंडळातील स्त्रिया अनेक समस्यांवर चर्चा करतात, कार्य करतात. स्वत: विद्याताई मासिकाच्या संपादनाबरोबर स्त्री चळवळीत कार्यरत आहेत. या मासिकांनी पुरुषांमध्येही स्त्री प्रश्नाविषयी जाणीव जागृती केली. स्त्रीवादी दृष्टिकोन समजून घेणाऱ्या उदारमतवादी पुरुषांनी 'पुरुष उवाच' व 'मावा' ह्या संस्था स्थापन केल्या. त्यांचे वार्षिकही प्रकाशित होते.

शेतकरी संघटनेने शरद जोशींच्या नेतृत्वाखाली दोन दिवसांचे महिला शिबिर भरविले त्याला ३० ते ४० हजार शेतकरी महिला उपस्थित होत्या. त्यांनी व्यासपीठावरून आपल्या समस्या हिरिरीने मांडल्या. १९८५-८६ नंतर स्त्रीमुक्ती संकल्पना आदिवासी, शेतकरी, वस्तीपातळी सगळीकडे झिरपली आणि तिचे परिणाम दिसू लागले. गौराबाई सालवदेंनी देवदासी निर्मूलनाचे कार्य उभारले. नजुबाई गाबीतांनी आदिवासी स्त्रियांच्या शिक्षणासाठी काम सुरू केले. सिंधुताई सपकाळ यांनीही ग्रामीण आदिवासी स्त्रियांसाठी कार्य उभारले. राणी बंग यांनी आदिवासी स्त्रिया व मुले यांच्या आरोग्यासाठी मोठे काम उभे केले. शांताबाई दाणी प्रभृतींनी दलित स्त्रियांच्या समस्यांवर कार्य सुरू केले. महाराष्ट्रात स्त्री चळवळीने वेग घेतला आणि कार्यकर्त्यांची मोठे जाळे निर्माण झाले.

राजकीय क्षेत्रात मात्र ही चळवळ फारशी पुढे गेली नाही. कारण राजकीय महिला आघाड्यांसोबत स्वायत्त गट व संघटना कधी गेले नाहीत. पक्षीय राजकारणापेक्षा स्त्री चळवळीत काम करणे बहुतेक स्त्रियांना पसंत होते. ज्येष्ठ नेत्या मृणालताई गोरे यांचे याबाबतीतील निरीक्षण लक्षात घेण्याजोगे आहे. त्यांच्या मते राजकीय पक्षांमध्ये सहभागी न होत्या स्वायत्त स्त्री संघटनांचा अंगीकार केल्याने स्त्रीवादी कार्यकर्त्यांचे आणि चळवळीचेही सामर्थ्य मर्यादित राहिले. काम करू इच्छिणाऱ्यांचा ओघ राजकीय पक्षाकडून स्वायत्त स्त्री संघटनाकडे वळल्याने राजकीय पक्षांमध्ये स्त्रियांचा प्रभाव वाढण्यावर मर्यादा पडली.

याउलट स्त्री संघटनेतील कार्यकर्त्यांचे असे मत आहे की, भारतातील सर्वच पक्षसंघटना पुरुष कार्यकर्त्यांच्या ताब्यात असल्याने तिथे टिकाव लागणे सर्वसामान्य स्त्रीसाठी जिकिरीचे होते. शिवाय तिथे प्राधान्य असते सत्तेला! सत्तेच्या रणधुमाळीत तत्त्वांशी इमान राखणे कठीण होते. प्रामुख्याने स्त्री प्रश्न धसास लावणे व त्याबाबतीतील परिवर्तन घडविण्यासाठी कार्य करणे, आपल्या तत्त्वांप्रमाणे काम करणे हे स्वायत्त संघटनेतच शक्य होते. तिथे कामाचेही समाधान मिळते. (याठिकाणी एक निरीक्षण नोंदवावेसे वाटते. मृणाल गोरे यांनी 'स्वाधार' ही स्वायत्त संघटना उभी केली तर नीलम गोऱ्हे यांनी आधी रिपब्लिकन पक्ष महिला आघाडी व पुढे शिवसेना महिला आघाडी

सांभाळतांना 'क्रांतिकारी महिला संघटना' व 'स्त्री आधार केंद्रा'ची उभारणी केली. प्रमिला दंडवते यांनी 'महिला दक्षता समिती' स्थापन केली म्हणजे राजकारणात अग्रेसर असताना त्यांनी स्वायत्त संघटनाचे माध्यमही आपल्या कार्यासाठी स्वीकारले.)

असे असले तरी आज राजकारणाने सगळे समाजजीवन व्यापले आहे. तेव्हा स्त्रीचळवळ त्यापासून अलिप्त राहू शकत नाही याचे स्त्रियांना भान आले आहे. राजकीय पक्षांच्या महिला आघाड्या स्त्रीशिक्षण, स्त्री आरोग्य, अल्पबचत गट स्थापना, स्त्रियांचे रोजगार, स्त्रियांवरील अत्याचाराचे निवारण, कायदेविषयक सहाय्यता उपलब्ध करून देणे अशी कामे हिरिरीने करीत आहेत. महिलांना संसदेत ३०% प्रतिनिधित्व मिळविण्यासाठीचे विधेयक पास करण्यास सर्वपक्षीय महिला खासदार एकत्र आल्या होत्या. स्त्रीने राजकारणात उतरायला हवे असे मत राजकीय क्षेत्रातील महिला मांडत आहेत. कारण आपले प्रश्न लावून धरण्यास सत्तेचा उपयोग निश्चित करता येतो.

स्त्रीचळवळ कुटुंबविरोधी किंवा पुरुषविरोधी नसून माणूस म्हणून स्त्रीला समानतेच्या पातळीवर आणण्यासाठी चाललेले अथक कार्य आहे ही जाणीव आता समाजात सर्वत्र झिरपली आहे.

स्त्री अभ्यास केंद्रांच्या माध्यमातून स्त्रीवादी विचार, स्त्रीचळवळ, स्त्रियांची सद्यस्थिती वगैरे बाबतचे माहितीचे संकलन, संग्रह व संशोधन शास्त्रशुद्ध पद्धतीनेच होत आहे. अभ्यासविषय अभ्यासक व कार्यकर्ते यांच्यात संवाद घडवून आणण्याचे कार्यही स्त्री अभ्यास केंद्रामार्फत चाललेले असते.

सूक्ष्म ईर्षा, परमताविषयी असहिष्णूता, स्वमताचा पराकोटीचा आग्रह, कुठे कुठे नेत्यांची मनमानी, पर्यायी नेतृत्व न तयार होणे, घट्ट रचना, कार्याची बंदिस्त आखणी नसणे असे दोषही गटांमध्ये, संघटनांमध्ये असले तरी त्या दोषांचा एकूण चळवळीवर खूप विपरीत परिणाम झालेला आढळत नाही. छोटी शहरे व खेड्यातूनही स्त्री चळवळी जोमाने उभ्या राहात आहेत.

आजमितीस स्त्रियांची क्षमता वाढत असून त्या स्वावलंबी होत आहेत. अन्यायाविरुद्ध आवाज उठवत आहेत. स्त्रीवादी दृष्टिकोनातून प्रश्नांची मांडणी करीत आहेत. चळवळ मानवतावादाच्या विशाल ध्येयाकडे सन्मुख झाली आहे. यापुढे पर्यावरण, दहशतवादविरोध, अंधश्रद्धाविरोध, विज्ञानवादी दृष्टिकोनाची स्थापना, आरोग्य, उच्चशिक्षण, कुटुंब पातळीपासून देशपातळीपर्यंत विविध निर्णयांमध्ये सहभाग राजकीय सहभाग, आजच्या आर्थिक उदारीकरणाच्या जमान्यात स्वकेंद्री होत जाणाऱ्या तरुणांना समाजाभिमुख करणे, सामाजिक आर्थिक प्रश्नांची उकल अशा दिशेने स्त्रीचळवळीची पुढील वाटचालीची दिशा असेल, असे जाणवते.

■

⑮

महाराष्ट्र शासनाचे महिला धोरण

स्त्री सबलीकरणासाठी झटणारे
एकमेव उत्तुंग महाराष्ट्र शासन

निरपेक्ष मनाने खोलवर विचार केला तर हे सत्य नाकारता येणार नाही की, राष्ट्राचा आणि अर्थव्यवस्थेचा विकास होणे असेल तर महिलांचे आर्थिक, मानसिक आणि शारीरिक सबलीकरण झाले पाहिजे. प्रथम तिची मानसिक निकोप वाढ होणे गरजेचे आहे आणि त्यासाठी तिच्या भोवतीचे वातावरण तसे पोषक हवे आणि ही पोषकता घर–कुटुंब–मित्रपरिवार यांच्याबरोबरच समाजाकडूनही मिळावी लागते. ही समाजाकडून मिळणाऱ्या पोषकतेची जबाबदारी शासनाने घेतली पाहिजे हेही आणिक एक सत्य आहे. त्या सत्याचा हा आढावा –

महिला धोरण – २००१ :

महिलांबाबत होणारे सर्व प्रकारचे भेदभाव दूर करण्यासंबंधी संयुक्त राष्ट्र संघटनेच्या आमसभेने १९७९ मध्ये ठराव संमत केला होता. महिलांबाबत भेदभाव दूर करणे आणि आपल्या न्याय व्यवस्थेत समानतेने तत्त्व समाविष्ट करणे हे या ठरावावर सही केलेल्या सर्व देशांना बंधनकारक आहे.

सन १९९४ मध्ये महिला धोरण तयार केले. असे धोरण तयार करणारे महाराष्ट्र हे भारतातील पहिले राज्य आहे. त्यानंतर महिला विकासासंबंधी अनेक उपाययोजना करण्यात आल्या. भारत सरकारनेही ७३ वी आणि ७४ घटना दुरुस्ती करून नागरी आणि ग्रामीण संस्थांमध्ये महिलांसाठी १/३ आरक्षण ठेवण्याचा ऐतिहासिक निर्णय घेतला.

१. १९९५ मध्ये बिजींग येथे चौथी जागतिक महिला परिषद झाली. महिला विकाससंबंधी नैरोबी येथे आखण्यात आलेल्या प्रागतिक धोरणांच्या अंमलबजावणीचा विषय या परिषदेत ठेवण्यात आला होता. मानवी हक्कांसंबंधीच्या जागतिक परिषदेतील व्हिएन्ना जाहीरनाम्यात समाविष्ट केलेल्या मूलभूत तत्त्वांचा या धोरणात अंतर्भाव आहे.
२. महाराष्ट्र शासनाच्या १९९४ च्या महिलाविषयक धोरणात दर तीन वर्षांनी आढावा घेण्याची तरतूद आहे. त्यानुसार जुलै, १९९८ मध्ये राज्य विधिमंडळात महिला धोरणाच्या सुधारित मसुद्यावर चर्चा झाली. या चर्चेला अनुसरून आणि विविध संस्थांकडून आलेल्या सूचनांचा विचार करून महिला धोरणाचा हा नवा मसुदा तयार करण्यात आला आहे.
३. पुरुष जातीच्या यशस्वीतेसाठी पिढ्यानपिढ्या, शतकांनुशतके पडद्याआड राहून, त्रास सहन करून महिला कुटुंब आणि समाजव्यवस्था टिकवून ठेवत आल्या आहेत. तथापि, त्यांच्या या त्यागाची कदर तर झालीच नाहीच, पण त्यांच्या असहायतेचा मात्र गैरफायदा घेतला गेला. कुटुंब, समाज, राष्ट्र आणि अर्थव्यवस्था यांचा विकास घडविण्यात आणि त्याचे अस्तित्व टिकवून ठेवण्यात महिलांचा मोठा सहभाग राहिला आहे हे निर्विवाद आहे.

महिलांना सक्षम करूनच आपण समाज आणि राष्ट्राला बलवान करू शकतो. महिलांचा सहभाग, त्यांना संरक्षण, त्यांची आर्थिक उन्नती, त्यांच्या क्षमतेचे संवर्धन आणि या सर्वांसाठी अनुकूल वातावरण निर्मिती या सर्वांचा महिला धोरणात समावेश आहे.

१. महिलांना केंद्रस्थानी मानून नियोजन

२००२-२००३ या आर्थिक वर्षापासून महिलांना केंद्रिभूत मानून नियोजन केले जाईल. त्यानुसार -

१. महिलांना सक्षम करण्यासाठी कोणती धोरणे, योजना आणि कार्यक्रम राबविण्यात येणार, त्याकरिता किती निधी देण्यात येणार आणि त्याचा महिलांवरील परिणाम हे शासनाचा प्रत्येक विभाग त्याच्या कार्यक्रम अंदाजपत्रकात महिलांचे सक्षमीकरण या प्रकरणात स्पष्ट करील.
२. शासकीय योजनांच्या व कार्यक्रमाच्या आखणीत, नियोजनात आणि अंमलबजावणीत प्रत्येक स्तरावर महिलांना सहभागी करून घेतले जाईल व याचाही उल्लेख महिलांचे सक्षमीकरण या प्रकरणात करण्यात येईल.
३. यापुढे सामाजिक-आर्थिक दर्जाचे विश्लेषण करताना पुरुष-स्त्री अशी स्वतंत्र विभागणी दर्शविण्यात येईल.

४. अर्थसंकल्प तयार करण्याची प्रक्रिया सुरू असताना महिला संघटनांशी विचार विनिमय करण्यात येईल.

५. राष्ट्रीय उत्पन्नाच्या आकडेवारीमध्ये महिलांच्या घरकामाच्या मूल्याचा समावेश केला जावा अशी शिफारस राज्य शासन केंद्र शासनाला करील.

६. आरोग्य, शिक्षण आणि सामाजिक क्षेत्रात महिलांच्या सक्षमीकरणाला देशाच्या आर्थिक विकासात अतिशय महत्त्वाचे योगदान आहे. पण या योगदानाचे पुरेसे मूल्यमापन होत नसल्यामुळे त्याचे आर्थिक पैलू ठळकपणे स्पष्ट होत नाहीत. म्हणून याकरिता पुरेसा निधी उपलब्ध होत नाही. अशा प्रकारचे मूल्यमापन नियोजनाचा भाग म्हणून नियमितपणे करण्यात येईल.

७. सर्व नागरी आणि ग्रामीण स्थानिक स्वराज्य संस्था, सर्व स्तरावरील वार्षिक आणि पंचवार्षिक 'महिला सक्षमीकरण योजना' तयार करतील. विविध पातळीवरील महिला, बालविकास समित्यांकडून या योजनांचे समन्वय करण्यात येईल व त्या त्या पातळीवरील संस्थांकडून उदा. ग्रामपंचायत, जिल्हा परिषदा, पंचायत समित्या, नगरपालिका, महानगरपालिकांकडून या योजनांचा आढावा घेण्यात येईल.

२. महिलांसाठी सनद

सर्व शासकीय, निमशासकीय विभाग, स्थानिक संस्था आणि तसेच शासनमान्य आणि शासन सहाय्यित इतर संस्था, महिलांना सक्षम करण्यासाठीच्या कृती कार्यक्रमाची सनद (चार्टर फॉर वुमेन) तयार करतील. संबंधित विभागाकडून या बाबतीत त्यांच्या अंतर्गत असलेल्या संस्थांकरिता मार्गदर्शक तत्त्वे तयार करण्यात येतील व झालेल्या कार्यवाहीचा रीतसर आढावा घेण्यात येईल. संस्थांना अनुदान मान्यता किंवा परवानगीच्या अटी व शर्तीत या सनदेचा व तिच्या अंमलबजावणीचा अंतर्भाव करण्यात येईल. दरवर्षी ३ जानेवारी रोजी पाळण्यात येणाऱ्या सावित्रीबाई फुले स्त्रीमुक्तीदिनी या सर्व संस्था या सनदेचा आढावा घेतील व सनदेस मान्यता देतील. सनदेच्या संदर्भात करण्यात आलेल्या कार्यवाहीची माहिती प्रत्येक विभागाकडून कार्यक्रम अंदाजपत्रकाच्या महिला सक्षमीकरणाच्या प्रकरणामध्ये देण्यात येईल.

३. महिलांच्या सक्षमीकरणासाठी निधी

१. आदिवासींसाठी आदिवासी उपयोजना आणि अनुसूचित जातींसाठी असलेली विशेष घटक योजना यांच्या धर्तीवर 'महिला घटक योजना' तयार करण्यात येईल. यामुळे महिलांच्या कार्यक्रमाकरिता पुरेसा निधी मिळू शकेल. निरनिराळ्या योजनांची विसंगती व पुनरावृत्ती टाळून उपलब्ध निधीतून एकत्रितपणे महिला कार्यक्रम राबविण्यात येतील. या महिला घटक योजनेत महिला विकासासाठी घेण्यात येणारे

विविध कार्यक्रम आणि निरनिराळ्या स्रोतातून उपलब्ध असणारा निधी दर्शविण्यात येईल.

२. सध्या नागरी संस्थांच्या महसुली उत्पन्नाच्या पाच टक्के रकमेतून खर्च वजा जाता उरणारी रक्कम महिला व बालकल्याणावर खर्च केली जाते. ही रक्कम पंचायत राज संस्थांप्रमाणे दहा टक्क्यांपर्यंत वाढविण्यात येईल. नागरी आणि ग्रामीण स्थानिक स्वराज्य संस्थांच्या बाबतीत या रकमेतील खर्च न झालेली शिल्लक रक्कम पुढील वर्षाच्या आर्थिक तरतुदीत समाविष्ट केली जाईल.

३. महिला आणि बालकल्याणासाठी नागरी आणि ग्रामीण स्थानिक संस्थांप्रमाणेच सहकारी संस्था, मार्केट यार्डस्, शैक्षणिक संस्था यांना विशिष्ट निधी राखून ठेवावा लागेल.

४. जेंडर ऑडिट

विविध विभाग आणि संस्था यांनी महिलांच्या सक्षमीकरणाकरिता राबवावयाच्या योजना व कार्यक्रमात महिला सनद आणि त्यांच्या घटनात्मक व कायदेशीर जबाबदाऱ्या यांच्या बाबतीत झालेल्या कार्यवाहीचे नियमितपणे मूल्यमापन (जेंडर ऑडिट) केले जाईल. सदर मूल्यमापन बाह्य यंत्रणेकडून केले जाईल.

५. महिलांचा सहभाग

महिलांच्या सक्षमीकरणासाठी त्यांना निर्णयप्रक्रियेत सहभागी करून घेणे अत्यावश्यक आहे. नागरी आणि ग्रामीण स्थानिक स्वराज्य संस्थांमध्ये महिलांसाठी आरक्षण ठेवल्यामुळे त्या भागांच्या विकासाला गती मिळाली आहे. तसेच, समाजाच्या शेवटच्या स्तरापर्यंत महिलांचे सक्षमीकरण होत आहे. ही प्रक्रिया विविध संस्थांमध्ये पुढे नेण्यात येईल. यासाठी –

१. महिलांना संसदेत व राज्य विधिमंडळात ३० टक्के आरक्षण देण्याच्या राज्य शासनाच्या भूमिकेला अनुसरून केंद्र शासनाकडे पाठपुरावा करण्यात येईल..

२. सहकारी व शैक्षणिक, इतर अनुदानित व विनाअनुदानित संस्थांमध्ये महिलांचे प्रतिनिधित्व वाढविण्यासाठी खालीलप्रमाणे त्रिसूत्री धोरण अवलंबिण्यात येईल –

अ. विविध संस्थांमध्ये महिला सदस्यांची संख्या एकूण सदस्य संख्येच्या १/३ पर्यंत आणण्याकरिता शासन प्रयत्न करील.

ब. यापुढे ज्या संस्थांचे १/३ सदस्य या महिला असतील अशा संस्थांच्या नोंदणी, मान्यता व निधी यासाठी राज्य शासन प्राधान्य देईल.

क. व्यवस्थापन समित्यांमध्ये महिला सदस्यांच्या प्रमाणात किंवा कमीत कमी तीन सदस्य महिला असतील.

३. नागरी शिक्षण मंडळावर १/३ महिलांना सदस्यत्व देण्यात येईल. नागरी संस्थांमध्ये सभासदत्व (को-ऑप्ट) देताना किमान एकतरी महिला असेल हे पाहिले जाईल.

४. गावातील सर्व महिलांचा समावेश असलेली ग्राम महिलासभा स्थापन करण्याची तरतूद करण्यासाठी 'मुंबई ग्रामपंचायत' कायद्यात सुधारणा करण्यात येईल. ग्राम महिला सभेची बैठक ग्रामसभेच्या बैठकीच्या आधी घेण्यात येईल. योजना व कार्यक्रमाच्या बाबतीत त्यांच्या शिफारशी ग्रामसभेच्या विचारार्थ सादर करण्यात येतील.

५. नागरी आणि ग्रामीण स्थानिक संस्थांच्या महिला व बालकल्याण समित्या बळकट करण्यात येतील. या समितीच्या अध्यक्षांना महिलांच्या प्रश्नांसंदर्भात असलेल्या इतर समित्यांवर नियुक्त केले जाईल.

६. एकूण पोलीस पाटलांपैकी १/३ पोलीस पाटील महिला असतील.

६. स्वयंसहाय्यित गटांमार्फत आर्थिक विकास व सक्षमीकरण

विविध क्षेत्रात महिलांच्या स्वयंसहाय्यता गटांची स्थापना तसेच त्यांची कार्यक्षमता, कौशल्य वाढविण्याच्या कार्यक्रमाला प्राधान्य दिले जाईल.

स्वयंसहाय्यित गटांना प्रोत्साहन दिले जाईल आणि शेवटच्या स्तरापर्यंत पतपुरवठा करण्याला प्राधान्य दिले जाईल. येत्या पाच वर्षांत किमान पाच लाख महिलांना सक्षम करण्याचे प्रस्तावित आहे. आदिवासी महिला, मागासवर्गीय महिला, आपद्ग्रस्त महिला आणि ग्रामीण महिलांचे आर्थिक सक्षमीकरण करण्यावर विशेष भर दिला जाईल. शासकीय, निमशासकीय, स्थानिक स्वराज्य संस्थांना लागणाऱ्या वस्तू उदा. शालेय गणवेश, रुग्णालयाला लागणाऱ्या वस्तूंचा पुरवठा महिला गटांमार्फत करण्याकरिता प्रत्येक जिल्हानिहाय बृहत् आराखडा (मास्टर प्लॅन) तयार करण्यात येईल. नामांकित संस्थांच्या सहकार्याने कार्यक्रमांची अंमलबजावणी केली जाईल. वस्तूंचे उत्पादन आणि विक्री यासाठी पायाभूत सुविधा निर्माण केल्या जातील. कार्यालये आणि निवासी क्षेत्रात विक्रीकेंद्रे उभारण्यासाठी काही निकष ठरवून परवानगी दिली जाईल. नगरपालिकांतर्फे वितरित होणाऱ्या गाळ्यांपैकी ३० टक्के गाळे स्वयंसहाय्यित गटांसाठी राखून ठेवले जातील. स्वयंसहाय्यित गटांना मदत करण्यासाठी महिला कोष स्थापन करण्यात येईल. महिलांच्या आर्थिक विकासाची प्रमुख यंत्रणा म्हणून 'माविम' ची पुनर्रचना व बळकटीकरण करण्यात येईल.

७. कृषी आणि ग्रामीण विकास क्षेत्रात महिलांची भूमिका

ग्रामीण भागात विविध क्षेत्रांत महिला मोलाची भूमिका बजावतात. या महिलांना सक्षम केल्यास मोठ्या प्रमाणात उत्पादकता वाढेल. उत्पन्नात वाढ होईल आणि रोजगार

निर्मितीत वाढ होईल. यासाठी संशोधन आणि विस्तार यांचा भर महिलांच्या समस्यांवर असेल. कृषी विस्तार कार्यक्रमाचा ५० टक्के भाग महिलांना केंद्रस्थानी ठेवून असेल. शेतीची कामे आणि शेतमाल प्रक्रिया व त्याच्या विक्रीची कामे करार पद्धतीने करण्याकरिता महिला गटांना मदत केली जाईल. दुग्धव्यवसाय व कुक्कुटपालन तसेच मत्स्यव्यवसायाशी संबंधित सहकारी संस्था सुरू करण्यासाठी महिलांना उत्तेजन दिले जाईल. आवश्यकता भासल्यास संबंधित जमीनविषयक कायद्यात योग्य ती सुधारणा करून कंत्राटी पद्धतीने शेती करण्यास प्रोत्साहन दिले जाईल.

८. शिक्षण

१. महिलांमध्ये साक्षरतेचे प्रमाण वाढविण्यासाठी जोमाने प्रयत्न केले जातील. यासाठी स्वयंसहाय्यित गटांच्या माध्यमाचा उपयोग केला जाईल.

२. शाळांमधून मुलींची पटसंख्या वाढविण्याकरिता व मुलींची गळती थांबविण्यासाठी सर्वंकष कार्यक्रम घेतला जाईल. याकरिता :-

   अ. महाराष्ट्र प्राथमिक शिक्षण अधिनियम वा कायद्यात दुरुस्ती अपेक्षित असून पूर्ण राज्यासाठी एक समान कायदा करण्यात येणार आहे. राज्यभर शिक्षण सक्तीचे करण्याबाबत नवीन कायद्यात त्याप्रमाणे दुरुस्ती करण्यात येईल.

   ब. हंगामी कामगारांच्या मुलांच्या शिक्षणात खंड पडू नये याकरिता साखर कारखान्याच्या कार्यक्षेत्रात शाळा सुरू करण्यात येतील.

   क. प्राथमिक शिक्षण सक्तीचे करण्याबाबत ग्राम शिक्षण समितीच्या अधिकाऱ्यांना अधिकार देण्यात येतील व गावातील प्रत्येक मूल शाळेत जाईल हे बघण्याची जबाबदारी त्यांच्यावर टाकण्यात येईल. सक्तीच्या शिक्षणाकरिता जो दंड आकारला जाईल त्याची रक्कम ग्राम शिक्षण समितीकडे वर्ग करण्यात येईल.

३. मुलींना व्यवसाय शिक्षण देण्यासाठी उपाय योजण्यात येतील.

४. शाळांमध्ये मुलींसाठी स्वच्छतागृहे व आरोग्य तपासणीची व्यवस्था यासह विविध सुविधा देण्यात येतील. ज्या शाळा मुलींसाठी स्वच्छतागृहांची सुविधा पुरविणार नाहीत, त्यांना अनुदान देण्यात येणार नाही.

५. खेळांमध्ये महिलांचा सहभाग वाढविण्यासाठी ठोस उपाय केले जातील.

६. गृहविज्ञान पदवीला प्रोत्साहन देण्याकरिता राज्य लोकसेवा आयोगामार्फत राज्य शासनाच्या सेवेतील घेण्यात येणाऱ्या परीक्षांमध्ये इतर विषयांसोबत गृहविज्ञान हा विषय वैकल्पिक विषय म्हणून ठेवण्यात येईल.

७. महिलांचे सक्षमीकरण तसेच त्यांच्या आर्थिक उन्नतीकरता उच्च व तंत्रशिक्षणातील पदवी सर्वात महत्त्वाची असून या बाबतीत राज्य शासनाने सर्व उच्च व तंत्रशिक्षण

पदवी अभ्यासक्रमात मुलींकरिता ३० टक्के आरक्षण देण्याचा एक ऐतिहासिक निर्णय शासन निर्णय क्र. जीईसी १०००/(१२३/००)/तांशि १, दि. १७ एप्रिल २००० अन्वये जाहीर केला आहे. सदर आरक्षणामुळे मुलींना शासन सेवेत तसेच इतर खासगी सेवेत उन्नतीचे मार्ग उपलब्ध होतील. राज्याच्या २००० उच्च व तंत्रशिक्षण संस्था असून या शिक्षण संस्थांद्वारे महिलांच्या सक्षमीकरणाकरिता जनजागृतीचे कार्यक्रम राष्ट्रीय सेवा योजनेतर्फे घेण्यात येतील. महिलांच्या आर्थिक उन्नतीकरिता व्यावसायिक शिक्षण महत्त्वाचे असून त्याला राज्य शासनाकडून पूर्णपणे प्रोत्साहन देण्यात येईल. सर्व थरांतील महिलांना याचा पूर्णपणे उपयोग व्हावा याकरिता सध्याच्या व्यावसायिक शिक्षण व अभ्यासक्रमाचा आढावा घेऊन त्याचा जास्तीत जास्त उपयोग होईल यासाठी प्रयत्न करण्यात येईल.

९. आरोग्य

महिलांना स्वास्थ्यसेवा उपलब्ध व्हाव्यात याकरिता एक व्यापक कार्यक्रम राबविण्यात येईल. त्यामध्ये खालील सुविधांचा समावेश असेल :-

१. विविध आरोग्य संस्थांमध्ये फॅमिली रेफरल युनिटच्या सुविधा बळकट करण्यात येतील. महिलांची तपासणी महिला डॉक्टरांकडून करण्यात येईल.

२. सुमारे ६० टक्के महिलांना रक्ताची कमतरता (रक्तक्षय) कुपोषणामुळे आलेली आहे. म्हणून त्यांना आहारविषयक माहिती, परसदारी भाजीपाला लागवड यावर भर दिला जाईल.

३. गरोदर स्त्रियांमधील मृत्यूचे प्रमाण कमी करण्यासाठी त्यांना लोह आणि फॉलिक ॲसिडच्या गोळ्या नियमित देण्याबरोबरच इतर विशेष उपाय योजण्यात येतील. महिलांना योग्य वेळी रोगप्रतिबंधक लसी देणे, गंभीर प्रकरणी रेफरल युनिटमध्ये वैद्यकीय तपासणी करून त्यांच्यावर औषधोपचार करणे यावर भर दिला जाईल. प्रसूती दवाखान्यामध्येच करण्यावर भर दिला जाईल. घरी होणाऱ्या प्रसूतींसाठी दाईंना प्रशिक्षण दिले जाईल.

४. ४० वर्षांवरील महिलांना कर्करोग तपासणी आणि उपचार यासंह विशेष आरोग्य सेवा पुरविल्या जातील.

५. किशोरवयीन मुलींसाठी आरोग्य तपासणी, औषधोपचार आणि वैद्यकीय सल्ला व मार्गदर्शन यांची सोय केली जाईल.

६. प्रसूतीपूर्व निदानतंत्रे (नियमन आणि गैरवापर प्रतिबंध) कायदा, १९९४ ची अंमलबजावणी करण्यासाठी विविध पातळ्यांवर दक्षता समित्या स्थापन केल्या जातील.

७. एच.आय.व्ही. बाधित महिलांच्या समस्या सोडविण्यासाठी विशेष मोहीम हाती

घेतली जाईल. अशा महिलांच्या अपत्यांना गर्भावस्थेत किंवा प्रसूतीनंतर एच.आय.व्ही.ची लागण होऊ नये म्हणून प्रतिबंधात्मक उपाय योजले जातील. याबाबतीत जागृती निर्माण करण्यात येईल. एड्सच्या जाहिराती व इतर माध्यमांतून महिलांच्या भूमिकेसंदर्भात अपप्रचार थांबविण्याकरता प्रयत्न करण्यात येतील.

८. प्रसूतीच्या वेळी तसेच गंभीर परिस्थितीत महिलांना व मुलांना रेफरल युनिटमध्ये दाखल करण्यासाठी रुग्णवाहिकेची सेवा उपलब्ध करून देण्याबाबत कार्यवाही करण्यात येईल.

१०. प्रसाधनगृहांच्या सुविधा

सार्वजनिक प्रसाधनगृहांच्या अभावी महिलांची मोठी कुंचबणा होते. हा प्रश्न परिणामकारकपणे व कालबद्ध रीतीने सोडविण्यासाठी –

अ. सार्वजनिक ठिकाणी प्रसाधनगृह बांधण्यासाठी निकष ठरविले जातील. बाजार रस्त्यालगतच्या जागा, त्याचप्रमाणे अशासकीय व्यापारी कार्यालये, औद्योगिक क्षेत्रे आणि महिलांच्या कामाच्या ठिकाणांचा यात समावेश असेल.

ब. स्थानिक स्वराज्य संस्था आणि अन्य संस्थांना महिलांसाठी येत्या तीन वर्षांत प्रसाधनगृहे बांधणे कायद्याने बंधनकारक केले जाईल.

११. पाणीपुरवठा

पाणी भरणे आणि सरपण गोळा करणे यासारखे शारीरिक कष्टाचे, जिकिरीचे आणि वेळखाऊ काम वर्षांनुवर्षे महिलांनाच करावे लागत आहे. पाणीपुरवठा योजनांचे चुकीचे नियोजन आणि या योजनांच्या देखभालीचा अभाव यामुळे हा प्रश्न अधिकच बिकट बनतो. म्हणून ग्राम पाणी समित्यांवर ५० टक्के महिलांना प्रतिनिधित्व दिले जाईल आणि या समित्यांवर पाणीपुरवठा योजनांचे नियोजन, अंमलबजावणी आणि देखभाल व पुनरुज्जीवनाची जबाबदारी सोपविली जाईल. पंपांच्या आणि कूपनलिकांच्या देखभालीची जबाबदारी महिला गटांना दिली जाईल.

१२. सरपण

ग्रामीण भागात जळाऊ लाकडे मिळण्यासाठी महिला गटांना वृक्षलागवड आणि बायोगॅस कार्यक्रमाकरिता प्रोत्साहन दिले जाईल. इंधनाचा कार्यक्षमतेने वापर करण्याची केंद्रे म्हणून अंगणवाड्या विकसित केल्या जातील.

१३. पाळणाघर

पाळणाघरे नसल्याने महिलांना बाहेर पडणे शक्य होत नाही आणि महिला बाहेर

पडल्या तर मुलांकडे लक्ष द्यायला कोणी नसते. समाजाच्या सर्व थरांतील महिला रोजगार मिळवू इच्छितात. म्हणून चांगल्या पाळणाघरांची आवश्यकता आहे. याकरिता–

अ. सार्वजनिक ठिकाणे, बाजार, व्यापारी आणि औद्योगिक क्षेत्रे या ठिकाणी सार्वजनिक प्रसाधनगृहांप्रमाणेच पाळणाघरांचे निकष ठरविले जातील.

ब. स्थानिक स्वराज्य संस्था आणि अन्य संस्थांनी अशा सुविधा तीन वर्षांत उपलब्ध करून देणे बंधनकारक केले जाईल.

क. पाळणाघरांची सुविधा गावपातळीवर उपलब्ध करून देण्यासाठी विशेष कार्यक्रम तयार केला जाईल.

१४. व्यसनमुक्ती

पुरुषांमधील व्यसनाधीनता हा गरीब आणि ग्रामीण भागातील महिलांच्या चिंतेचा विषय आहे. म्हणून व्यसनमुक्ती हा महिलांना सक्षम करण्याचा महत्त्वाचा कार्यक्रम आहे. यासाठी –

१. ५० टक्क्यांपेक्षा अधिक महिला मतदारांनी मागणी केल्यास दारूचे दुकान बंद करण्याच्या सध्याच्या आदेशांची कडक अंमलबजावणी करण्यात येईल. सदर अंमलबजावणीचे वेळापत्रक ठरविण्यात येईल.

२. व्यसनमुक्ती केंद्राद्वारे व्यसनमुक्तीचा सर्वंकष कार्यक्रम राबविण्यात येईल.

३. जिल्हास्तरावर व पोलीस ठाण्याच्या पातळीवर महिला दक्षता समितीच्या सहकार्याने बेकायदेशीर दारू गाळण्याला आळा घालण्यात येईल.

१५. बालविवाहास प्रतिबंध

महिलांच्या तसेच पुढील पिढ्यांच्या शारीरिक आणि मानसिक विकासात बालविवाह हा मोठा अडसर आहे. म्हणून असे विवाह रोखण्यासाठी १९२९ च्या बालविवाह प्रतिबंधक कायद्याखाली विशेष कार्यक्रम घेतला जाईल. या कार्यक्रमात खालील बाबींचा समावेश राहील –

अ. बालविवाहाविरुद्ध जनजागृती.

ब. अल्पवयात विवाह केलेले पुरुष किंवा अल्पवयीन मुलींशी विवाह केलेले पुरुष यांना शासकीय, निमशासकीय आणि स्थानिक स्वराज्य संस्थांमधील नोकऱ्यांसाठी अपात्र ठरविले जाईल. सेवेत दाखल झालेल्या कर्मचाऱ्यांनी अल्पवयीन मुलीशी विवाह केल्यास त्यांना कामावरून कमी करण्याकरता सेवाविषयक नियमात तरतूद करण्यात येईल.

क. बालविवाह करणाऱ्या व्यक्तीच्या पालकांना शासकीय योजनांचे फायदे मिळणार नाहीत आणि निवडणूक लढविता येणार नाही.

ड. विवाह लावणाऱ्या पुरोहितांची नोंदणी सक्तीची करण्यात येईल.

ई. विवाह लावणारे पुरोहित, विवाह कार्यालये चालविणारे त्याचप्रमाणे लग्नपत्रिका छापणाऱ्या व्यक्तींना मुलामुलींचे वय तपासणे बंधनकारक राहील.

फ. विविध राजकीय पक्षांचे पदाधिकारी आणि कार्यकर्त्यांनी बालविवाहास उपस्थित राहू नये याबाबत एकमत घडविले जाईल.

१६. सुरक्षा आणि संरक्षण

सर्व नागरिकांना सुरक्षा पुरविणे हे शासनाचे मूलभूत कर्तव्ये आहे. महिलांना तर अशा संरक्षणाची अधिकच गरज असते याची शासनाला जाणीव आहे आणि याबाबतीत शासनाने योग्य ती उपाययोजना केली आहे. त्यासाठी –

१. महिलांच्या संरक्षणासाठी सर्वंकष विधेयक विधिमंडळात तयार करण्यात येईल.

२. मानवी वाहतूक आणि महिलांच्या लैंगिक शोषणाला प्रतिबंध करण्यासाठी सर्वंकष कार्यक्रम लवकर अंतिम करण्यात येईल.

३. देवदासी प्रथा नष्ट करण्यासाठी कायदे केले जातील आणि त्यांच्या पुनर्वसनासाठी लवकरच कार्यक्रम आखण्यात येईल.

४. हुंडा प्रतिबंधक कायद्याची अंमलबजावणी करण्यासाठी व्यापक कार्यक्रम आखण्यात येईल. सदर कायद्याच्या कलम तीन अन्वये लग्नाच्या वेळी वधुवरांना मिळालेल्या भेटवस्तूंची यादी एक महिन्याच्या आत हुंडा निर्मूलन अधिकाऱ्याकडे देण्याच्या तरतुदीची कडक अंमलबजावणी करण्यात येईल. सर्व शासकीय, निमशासकीय कार्यालये तसेच स्थानिक स्वराज्य संस्था, महामंडळे आणि इतर अनुदानित संस्थांमधील कर्मचाऱ्यांनी सदर यादी त्यांच्या नियंत्रण अधिकाऱ्यांकडे देण्याची सक्ती त्यांच्या सेवाविषयक नियमात करण्यात येईल.

५. सर्वोच्च न्यायालयाने याचिका क्र. ६६६-६७०-९२ (विशाखा आणि इतर विरुद्ध राजस्थान राज्य आणि इतर) च्या संदर्भात दि. १३ ऑगस्ट १९९७ रोजी दिलेल्या निकालानुसार कामाच्या ठिकाणी होणाऱ्या लैंगिक छळापासून महिलांचे संरक्षण करण्यासाठी शासनाने या आधीच आदेश दिले आहेत. याबाबतीत पुढील उपाययोजना आखण्यात येईल.

६. पोटगीसंदर्भात सध्याच्या कायदेशीर तरतुदींमध्ये योग्य त्या सुधारणा केल्या जातील.

७. महिलांवरील अत्याचारासंबंधीचे खटले व कौटुंबिक वादाचे खटले लवकरात लवकर निकालात काढण्यासाठी मा. उच्च न्यायालयास विनंती करण्यात येईल.

८. महिलांना स्वसंरक्षणाचे प्रशिक्षण देण्यासाठी सर्व महाविद्यालयांत केंद्रे उघडण्यात येतील.

९. सर्व जिल्ह्यांत आणि महत्त्वाच्या ठिकाणी महिलांसाठी मदत केंद्रे उभारली जातील.

१०. महिलांचे सक्षमीकरण करण्यासाठी या क्षेत्रात कार्य करणाऱ्या स्वयंसेवी संस्था आणि शैक्षणिक संस्थांना सहभागी केले जाईल. त्यासाठी –

अ. राज्य पातळीवर महिला अत्याचार प्रतिबंध कृती गटावर स्वयंसेवी संस्था आणि शिक्षणतज्ज्ञांना प्रतिनिधित्व दिले जाईल.

ब. नामवंत संस्थांमार्फत चालविण्यात येणारी महिला व मुलांकरिता विशेष केंद्रे सर्व पोलीस ठाण्यांमध्ये टप्प्या-टप्प्याने राज्य महिला आयोगाच्या सहाय्याने स्थापन केली जातील. सदर केंद्रे महिला आणि पोलिसांमध्ये दुवा म्हणून काम करतील.

क. जिल्हास्तरीय महिला दक्षता समित्यांची पुनर्रचना केली जाईल. पोलीस ठाण्याच्या स्तरावर महिला दक्षता समित्या स्थापन केल्या जातील. सदर समित्या पोलिसांना महिलांच्या संबंधित कायद्यांची अंमलबजावणी करण्यास मदत करतील.

११. पोलीस आयुक्त आणि पोलीस अधीक्षक यांच्या कार्यालयात महिला संरक्षण कक्ष शक्यतो महिला पोलीस अधिकाऱ्यांच्या अध्यक्षतेखाली स्थापन करण्यात येईल. या कक्षाला पोलीस ठाण्याचे अधिकार देता येतील.

१२. शासकीय अभियोक्ता तसेच सहायक शासकीय अभियोक्ता या संवर्गात महिलांना योग्य त्या प्रमाणात प्रतिनिधित्व देण्यात येईल. अतिसंवेदनशील प्रकरणात नामवंत वकिलांची विशेष अभियोक्ता म्हणून नेमणूक करण्यात येईल.

१३. चित्रपट व इतर दृकश्राव्य माध्यमातून दाखविल्या जाणाऱ्या कार्यक्रमांमुळे स्त्रियांवर होणारे अत्याचार व छळाच्या प्रवृत्तीला प्रोत्साहन मिळू नये अशा प्रकारे नियंत्रण ठेवण्याकरिता केंद्र शासनाला सूचना करण्यात येतील.

१४. महिला आयोगाचे बळकटीकरण केले जाईल.

१५. महिला कैद्यांच्या विशिष्ट समस्या आहेत त्यांचा अभ्यास करून शासनाकडून कार्यवाही करण्यात येईल.

१७. वसतिगृह

१. नोकरदार महिला, महाविद्यालयीन विद्यार्थिनी आणि इतर गरजू महिलांसाठी वसतिगृहे बांधण्याचा कार्यक्रम हाती घेण्यात येईल. केंद्र आणि राज्य शासनाच्या सध्याच्या योजनांचा विचार करून हे काम केले जाईल.

२. दौऱ्यावर जाणाऱ्या महिला कर्मचाऱ्यांसाठी आणि महिला प्रतिनिधींसाठी स्वतंत्र शासकीय अतिथिगृहात राहण्याची व्यवस्था केली जाईल.

१८. महिलांना मालमत्ता हक्क

महिलांच्या छळाला आणि त्यांच्यामध्ये असुरक्षिततेची भावना निर्माण होण्याला घराबाहेर हुसकावून लावण्याची आणि चरितार्थाचे साधन हिरावले जाण्याची भीती कारणीभूत ठरते. महिलांना सुरक्षितता देण्याच्या दृष्टीने त्यांना मालमत्तेचा हक्क देणे ही मूलभूत बाब आहे. याकरिता ''महिलांना मालमत्तेचा हक्क'' असे विधेयक मांडण्यात येईल. सदर विधेयकात स्त्रियांच्या पतीचे घर, माहेरचे घर व स्त्रीधन यावर हक्क प्रस्थापित करणे तसेच इतर तत्सम हक्कांवर पूर्वलक्षी प्रभावाने संयुक्तपणे नोंदणीचा समावेश राहील.

१९. आपद्ग्रस्त महिलांचे पुनर्वसन

आपद्ग्रस्त महिलांच्या पुनर्वसनासाठी सर्वसमावेशक कार्यक्रम आखण्यात येतील. यासाठी –

१. विविध योजनांखाली मदत मिळणे सुलभ व्हावे म्हणून आपद्ग्रस्त महिलांची व्याख्या निश्चित करण्यात येईल.

२. उत्पन्न मिळविण्याच्या कार्यक्रमांमध्ये महिलांना प्राधान्य दिले जाईल.

३. गृहनिर्माण आणि निवास योजनांमध्ये त्यांना प्राधान्य देण्यात येईल.

४. महिलांना आपली जमीन शेतीसाठी परत मिळविण्यासाठी कूळ कायद्यामध्ये आवश्यक ती तरतूद करण्यात येईल.

५. आपद्ग्रस्त महिलांकरिता निवारागृहांचे निकष ठरविण्यात येतील, गरजेप्रमाणे संख्या वाढविण्यात येईल व सध्याच्या निवारागृहांच्या दर्जामध्ये सुधारणा करण्यात येईल.

२०. अत्युत्कृष्ट कामाची कदर

सर्वच क्षेत्रांत महिलांनी अत्युत्कृष्ट कर्तबगारी दाखविली आहे. शिक्षण, आरोग्य, कल्याणकारी उपक्रम यासारख्या परंपरागत क्षेत्रात त्यांनी विशेष कर्तृत्व दाखविलेच आहे. शिवाय परंपरेने पुरुषांची मक्तेदारी असलेल्या क्षेत्रांतही त्यांनी आपला ठसा उमटवला आहे. एक आदर्श निर्माण केला आहे. त्यांच्या कर्तृत्वाची कदर करण्यासाठी व त्यांच्या कार्यातून इतरांना प्रेरणा मिळावी याकरिता शासन योजना आखील.

२१. जवानांना अभिवादन

सीमेवर लढणाऱ्या जवानांच्या पत्नी आणि कुटुंबीयांना दैनंदिन जीवनात अनेक समस्यांना तोंड द्यावे लागते. या जवानांप्रती कृतज्ञतेचे प्रतीक म्हणून त्यांच्या कुटुंबीयांच्या

कल्याणाकडे विशेष लक्ष पुरविण्याबाबत विविध शासकीय यंत्रणांना आदेश देण्यात येतील.

२२. एकात्मिक बालविकास सेवा योजनेच्या यंत्रणेचा महिला सक्षमीकरणाकरिता वापर

गरीब कुटुंबातील महिला आणि मुले यांच्यासाठीचा आणि तळागाळापर्यंत पोहचलेला, राज्यभरात ६५ हजार केंद्रे असणारा एकात्मिक बालविकास कार्यक्रम हा सर्वात मोठा कार्यक्रम आहे. या कार्यक्रमाखाली पोषण आहार, शालेयपूर्व शिक्षण आणि आरोग्य हे महत्त्वाचे उपक्रम घेतले जातात. महिला आणि किशोरवयीन मुलींसाठी विस्तार कार्यक्रम आणि मार्गदर्शन सेवाही दिल्या जातात. अंगणवाडी सेविका गावातीलच असल्यामुळे त्यांचा स्थानिक जनतेशी चांगला संबंध असतो. महिला विकासाच्या कार्यक्रमात त्यांचा सहभाग महत्त्वाचा आहे. म्हणून महिला आणि बाल विकासाच्या कामात उत्कृष्ट सेवा बजावणाऱ्या अंगणवाडी सेविकांसाठी शासन प्रोत्साहनपर योजना सुरू करील.

२३. स्वयंसेवी संघटना

महिलांना सक्षम करण्याच्या कार्यक्रमाची आखणी, अंमलबजावणी आणि संनियंत्रण यासाठी प्रत्येक स्तरावर सर्वच क्षेत्रातील स्वयंसेवी संघटनांना सहभागी करून घेतले जाईल.

२४. महिलांच्या सक्षमीकरणासाठी सहकार्य

देशाचा विकास आणि प्रगती यासाठी महिलांचे सक्षमीकरण होणे आवश्यक आहे. महिलांच्या सक्षमीकरणासाठी विविध क्षेत्रांत सार्वजनिक, सरकारी आणि खासगी यंत्रणा यांच्यात समन्वय साधण्यासाठी शासन प्रयत्न करील. यासाठी व्यापारी संस्था, आरोग्य, शिक्षण, कायदा, माहिती तंत्रज्ञान आणि प्रसार माध्यमे यांचा उपयोग करण्यात येईल. महिलांच्या सक्षमीकरणासाठी हाती घेतलेल्या विविध योजनांना समाजाच्या सर्व घटकांनी उदारहस्ते मदत करावी म्हणून शासन त्यांना आवाहन करील.

२५. जाणीव-जागृती

महिला धोरण यशस्वी करण्यासाठी शासकीय यंत्रणेमध्ये जाणीव-जागृती निर्माण करणे अत्यावश्यक आहे. यासाठी खालील त्रिसूत्रीचा वापर करण्यात येईल:-
१. महिला कल्याण आणि विकास कार्यक्रमासाठी जनजागृतीचा कार्यक्रम.
२. महिला विकासाच्या आवश्यकतेबद्दल लोकप्रतिनिधी आणि विविध संस्थांच्या

कर्मचाऱ्यांना प्रशिक्षण.

३. गाव, तालुका आणि जिल्हा पातळीवर विविध योजनांची माहिती देणारी केंद्रे.

२६. संनियंत्रण आणि पर्यवेक्षण

मुख्यमंत्र्यांच्या अध्यक्षतेखाली महिला सक्षमीकरण समिती स्थापन करण्यात येईल. या समितीची बैठक दर तीन महिन्यांनी होईल. दर तीन महिन्यांनी या समितीला महिला विकासासंदर्भात करण्यात आलेल्या कार्यवाहीच्या प्रगतीची महिला व बालविकास मंत्री माहिती देतील. मुख्य सचिवांच्या अध्यक्षतेखाली राज्य पातळीवर कृतीदल (टास्क फोर्स) तसेच जिल्हा पातळीवर जिल्हाधिकाऱ्यांच्या अध्यक्षतेखाली आणि महापालिका क्षेत्रात महापालिका आयुक्तांच्या अध्यक्षतेखाली महिला सक्षमीकरण समित्या स्थापन केल्या जातील. या सर्व समित्यांवर महिला सक्षमीकरणाशी संबंधित संघटनांना प्रतिनिधित्व दिले जाईल. या समित्यांच्या बैठका दरमहा होतील.

(शासनाच्या सौजन्याने)

■■

लेखिका परिचय

माधवी कुंटे

शिक्षण : B.A. (Hon.) मानसशास्त्र
B.Lib.Sc. (बॅचलर ऑफ लायब्ररी सायन्स)
B.Ed. ऑल राउंड परफॉर्मन्ससाठी कॉलेजकडून सन्मानित

श्रीमती माधवी कुंटे या अभ्यासू पण संवेदनशील लेखिका, मुक्त पण सजग पत्रकार आहेत.
कार्यानुभव : २२ वर्षे शाळा व कॉलेजात अध्यापन.

: लेखनकार्य :

१. कादंबरी : एकूण आठ कादंबऱ्या प्रसिद्ध. पैकी 'मी एक खलाशी' - त्या वर्षीच्या दहा उत्तम कादंबऱ्यांमध्ये निवड व 'सुलोचनी' लेखिका पुरस्कार. 'मारिया' - वसईच्या वाडवल ख्रिस्ती समाजावरील कादंबरी. वसई कॉलेजच्या विद्यार्थ्यांकडून प्रोजेक्ट वर्कसाठी निवड.

२. अनुवाद : तीन कादंबऱ्यांचा. पैकी 'आंधळे भुयार' हा अनुवाद वेद राही यांच्या 'अंधा सुरंग' ह्या अनेक पारितोषिकं प्राप्त झालेल्या कादंबरीवरून केलेला आहे. अमृता प्रीतम यांची एक आणि वेद राही यांच्या दोन लघू कादंबऱ्यांचा एकत्रीत अनुवाद.

३. लघुकथा संग्रह : एकूण नऊ संग्रह प्रसिद्ध. पैकी 'महाद्वार उघडतांना' या संग्रहास महाराष्ट्र शासनाचा उत्तम साहित्यनिर्मितीचा पुरस्कार.

४. वैचारिक लेखन : पाच पुस्तकांचे उदा. देहबोली, सुदृढ मानसिकतेसाठी

५. तत्त्वज्ञान : ओशोंवरील तीन पुस्तके.

नियतकालिकांच्या दुनियेत संपादन, मुलाखती, स्तंभलेखन, २०० लघुकथालेखन व सदरलेखन इ. बहुआयामी लेखनप्रकार त्यांनी हाताळले आहेत. याच सोबत आकाशवाणी, दूरदर्शन या प्रसारमाध्यमातूनही त्या कथा, रूपके, नभोनाट्य लेखन, सादरीकरण, सूत्रसंचालन, पटकथा, संवादलेखन करताना आपल्याला सातत्याने भेटत असतात. 'मणी मंगळसूत्र' चित्रपटात पटकथा व संवादलेखन ही त्यांची एक उल्लेखनीय ओळख आहे.

या साऱ्याबरोबरच आपले सामाजिक भान जपत, 'लोकमान्य सेवा संघाच्या चाइल्ड पेरेन्ट गायडन्स सेंटरच्या सहकार्यवाह, दिशा कर्णबधिर विद्यालयाच्या कार्यकारी मंडळातील जबाबदारी, कोकण मराठी साहित्य परिषदेच्या विविध पदांवरील कार्य, अशां विविध कामांची जबाबदारी त्या सांभाळत आहेत. ■